ஆணவக் கொலைச் சாமிகளும்
பெருமிதக் கொலை அம்மன்களும்

ஆணவக் கொலைச் சாமிகளும் பெருமிதக் கொலை அம்மன்களும்

ஆ. சிவசுப்பிரமணியன் (பி. 1943)

தமிழகத்தின் முக்கியமான சமூக விஞ்ஞானிகளுள் ஒருவர். நாட்டார் வழக்காற்றியல், அடித்தள மக்கள் வரலாறு ஆகிய துறைகளில் பல நூல்கள் எழுதியுள்ளார். நீண்டகாலமாக நாட்டார் வழக்காற்றியல் துறையில் ஆர்வத்துடன் ஈடுபட்டுவருகிறார். இந்திய விடுதலைப் போராட்ட வரலாற்றில் தமிழகத்தின் பங்களிப்பு குறித்து ஆராய்வதிலும் ஆர்வம் கொண்டவர். பேராசிரியர் நா. வானமாமலையின் மாணவர்.

இத்துறையில் இவரது பங்களிப்பைப் பாராட்டி, தமிழ்நாடு முற்போக்கு எழுத்தாளர் கலைஞர் சங்கம் வாழ்நாள் சாதனையாளர் விருது வழங்கியுள்ளது. அமெரிக்கத் தமிழர்களின் 'விளக்கு' இலக்கிய அமைப்பு இவருக்கு 2018ஆவது ஆண்டுக்கான புதுமைப்பித்தன் இலக்கிய விருது வழங்கிப் பாராட்டியுள்ளது. தஞ்சைத் தமிழ்ப் பல்கலைக்கழகம் 2019இல் மதிப்புறு முனைவர் பட்டம் வழங்கிச் சிறப்பித்துள்ளது.

ஆசிரியரின் பிற காலச்சுவடு வெளியீடுகள்

- கிறித்தவமும் சாதியும்
- தமிழகத்தில் அடிமைமுறை
- உபதேசியார் சவரிராயபிள்ளை 1801 – 1874 (பதிப்பு)
- வரலாறும் வழக்காறும்
- ஆகஸ்ட் போராட்டம்
- உப்பிட்டவரை...
- ஆஷ் கொலையும் இந்தியப் புரட்சி இயக்கமும்
- மந்திரமும் சடங்குகளும்
- கிறித்தவமும் தமிழ்ச்சூழலும்
- தமிழ்க் கிறித்தவம்
- பனை மரமே! பனை மரமே!

ஆ. சிவசுப்பிரமணியன்

ஆணவக் கொலைச் சாமிகளும் பெருமிதக் கொலை அம்மன்களும்

காலச்சுவடு பதிப்பகம்

அன்பார்ந்த வாசகருக்கு,

வணக்கம்.

காலச்சுவடு நூலை வாங்கியமைக்கு நன்றி.

நூலின் உள்ளடக்கம், உருவாக்கம், அட்டைப்படம் இன்ன பிற அம்சங்கள் பற்றிய உங்கள் கருத்துகளையும் ஆலோசனைகளையும் காலச்சுவடு வரவேற்கிறது. தகவல், எழுத்து, வாக்கியப் பிழைகள் தென்பட்டால் அவசியம் தெரிவித்து உதவுங்கள். நூல் தயாரிப்பில் கடும் குறைபாடு இருப்பின் மாற்றுப் பிரதி உங்களுக்குக் கிடைக்கக் காலச்சுவடு ஏற்பாடு செய்யும்.

மின்னஞ்சல்: publisher@kalachuvadu.com

காலச்சுவடு நாகர்கோவில் அலுவலகத்திற்குக் கடிதம் அனுப்பலாம்.

தங்கள்
எஸ்.ஆர். சுந்தரம் (கண்ணன்)
பதிப்பாளர் — நிர்வாக இயக்குநர்

ஆணவக் கொலைச் சாமிகளும் பெருமிதக் கொலை அம்மன்களும் ❖ ஆய்வு நூல் ❖ ஆசிரியர்: ஆ. சிவசுப்பிரமணியன் ❖ © ஆ. சிவசுப்பிரமணியன் ❖ முதல் பதிப்பு: ஜூலை 2022, ஐந்தாம் பதிப்பு: அக்டோபர் 2024 ❖ வெளியீடு: காலச்சுவடு, 669, கே.பி. சாலை, நாகர்கோவில் 629001

aaNavak kolaic caamikaLum perumitak kolai ammankaLum ❖ Research Essay ❖ Author : A. Sivasubramanian ❖ © A. Sivasubramanian ❖ Language: Tamil ❖ First Edition: July 2022, Fifth Edition: October 2024 ❖ Size: Demy 1 x 8 ❖ Paper: 18.6 kg maplitho ❖ Pages: 96

Published by Kalachuvadu, 669, K.P. Road, Nagercoil 629001, India ❖ Phone: 91-4652-278525 ❖ e-mail: publications@kalachuvadu.com ❖ Printed at Mani Offset, Chennai 600077

ISBN: 978-93-5523-073-7

முனைவர் நா. இராமச்சந்திரனுக்கு

பொருளடக்கம்

முன்னுரை: வண்டிமறிச்ச அம்மனின் வாரிசுகள்	11
என்னுரை	21
ஆணவக் கொலைச் சாமிகள்	33
பெருமிதக் கொலை அம்மன்கள்	41
தெய்வங்கள் தோன்றிய கதைகள்	51
1. சாதி மீறிய காதல்	51
1.1 அழகப்பன், சின்னத்தம்பி	51
1.2 உடையாண்டியம்மா சங்கரக்குட்டி தேவர்	53
1.3 அழகம்மை, அழகப்பன்	55
1.4 சாத்தான் சாம்பான்	55
1.5 குட்டிக் குலையறுத்தான் சாமி	59
1.6 ஒண்டிவீரன் – எர்ரம்மா	62
1.7 சிப்பித்திரட்டுச் சாமி	63
1.8 பட்டபிரான் பூச்சியம்மன்	65
2. அய்யப்பாட்டால் நிகழ்ந்த கொலை	67
2.1 மாடத்தி அம்மன்	67
2.2 புதுப்பட்டியம்மன்	77

3. ஆணவக் கொலை — 82
   3.1 கழியன் கழியச்சி — 82
   3.2 மாடசாமி — 84
4. நேரடியான சண்டை — 86
   4.1 மாப்பிள்ளை மாடன் — 86
5. சிறு குற்றச் செயல்களுக்காக — 88
   5.1 வண்டிமறிச்சி அம்மன் — 88

துணை நூல்கள் — 95

முன்னுரை

வண்டிமறிச்ச அம்மனின் வாரிசுகள்

நான் கல்லூரிப் பணியிலிருந்து ஓய்வு பெறுவதற்கு நாலஞ்சு வருஷம் முன்பு இளம் அறிவியல் இரண்டாம் வகுப்பிற்குப் பொறுப்பாளராக (Group Tutor) இருந்தேன். சூடிகையான, நல்ல மதிப்பெண் வாங்குகின்ற, லட்சணமான ஒரு மாணவியின் தந்தை என்னைப் பார்க்கவந்தார். அவர் அந்த மாணவியின் அண்ணன் மாதிரி இளமையுடன் இருந்தார். கடும் உழைப்பாளி; விவசாயி என்பது உடம்பில் தெரிந்தது.

என்னிடம் தனியாகப் பேச வேண்டும் என்றார்; அவரை ஆரவாரமில்லாத ஒரு இடத்திற்கு அழைத்துச்சென்றேன். எடுத்த எடுப்பிலேயே விஷயத்துக்கு வந்துவிட்டார். "இவள் பஸ் ஸ்டாப்பில் அந்தப் பையனுடன் பேசுவது பழகுவது எனக்குப் பிடிக்கவில்லை. நீங்கள் அவளிடம் சொல்லி வையுங்கள்," என்று ஆரம்பித்துப் பேசிக்கொண்டே போனார்.

அந்த மாணவனும் எங்கள் கல்லூரியில் படித்தவன். மூன்றாமாண்டு இளங்கலை; எனக்கு அவனைத் தெரியும். அவனைப்பற்றி அவர் சொன்ன விஷயங்களில் முக்கியமானது அவனது சாதி. அவர் சொன்னமாதிரி அல்ல அந்தப் பையன். அதுவும் எனக்குத் தெரியும். அப்போது நான் அவரிடம் பேச முடியாத அளவுக்கு ஆவேசமாக இருந்தார்.

கடைசியில் அவர், "அவள் இதுமாதிரி தொடர்ந்து செய்ய ஆரம்பித்தால் நான் வேறு ஆளாக மாறிவிடுவேன். எனக்கு ஆறு ஏக்கர் பயிர். வீட்டிற்குப் பின்னால் மலை மாதிரி வைக்கோல் படைப்பு; இவளைத் தூக்கிப் படப்பிலே போட்டுத் தீய வச்சா ஒரு மணிக்கூருல சாம்பலாயிருவா. ஒரேயடியா முடிஞ்சுபோகும். அப்புறம் கன்னிக்குப் படப்புப் போட்டாப் போதும், பூடம் போட்டுக் கொடுக்கணும். சரியாப் போகும்" என்றார். அதே பாணியில் பேசிக்கொண்டே போனார்.

அவள் அவருக்கு ஒரே மகள். அவளை வைக்கோல் போரில் போட்டு நெருப்பு வைப்பதைச் சாதாரணமாகச் சொல்லிக்கொண்டு போனார். அவரிடம் சஞ்சலமில்லை. பின்யோசனையில்லை. முத்தாய்ப்பாக, "எனக்கு மானம் பெருசு. என் சாதிதான் முக்கியம். குடும்ப கௌரவம்தான் முக்கியம். நா அப்படி வளந்தவன்" என்று சொல்லி முடித்தார்.

இதன்பிறகு ஒருநாள் நான் அந்த மாணவியிடம் தனியாகப் பேசினேன். பக்குவமாகச் சொன்னேன். அவள் அப்படிப்பட்ட பெண்ணுமல்ல. அந்தப் பையனுடன் எந்தத் தொடர்பும் அவளுக்குக் கிடையாது. அந்தப் பையனிடம் தனியாகப் பேசியபோதும் அதை உறுதி செய்துகொண்டேன். கடைசியில் பார்த்தால் அவருடைய தந்தை சொன்னமாதிரி எதுவும் நடக்க வில்லை. அவள் திருமணமாகி நல்லபடியாக வாழ்வதை அறிவேன்.

இப்படியாகச் சாதி மீறிக் காதலித்தாள் என்று காரணம் காட்டிப் பெற்ற மகளை உரக்குழியில் தள்ளிக் கொன்றுவிட்டு அவளைத் தெய்வமாக்கி வழிபட்ட ஒரு குடும்பத்தைப் பற்றி என் நண்பன் விரிவாகச் சொன்னான். இதுபோன்ற நிகழ்ச்சிகள் பழையகாலத்தில் நடந்தவையல்ல. இவை என் சொந்த அனுபவத்தில் நான் கண்டவை; கேட்டவை.

இந்த மாதிரிக் கதைகளெல்லாம் வில்லிசைப் பாடல்களாக, கணியான் ஆட்டப் பாடல்களாக, அம்மானைப் பாடல்களாக மாறவில்லை. பொதுவெளியில் வழிபாட்டிற்கு வரவில்லை. இவை முழுவதும் பதிவுசெய்யப்படவில்லை. ஆராய்ச்சியாளர்களின் கண்ணுக்குப் படவில்லை. அப்படியே பட்டாலும் அவர்கள் கேட்கும் கதை உண்மையாக இருக்காது. கன்னி வழிபாட்டின் மூலத்தைக் கண்டுபிடிப்பது நதிமூலம், ரிஷிமூலம் தேடிய மாதிரிதான்.

வெளிப்படையாகத் தெரிந்த கதையைக் குறிப்பாக அச்சில் வந்த கதைகளை மட்டுமே எடுத்துவைத்துக்கொண்டு

விளக்கம் சொல்லிக்கொண்டிருக்கிறோம். வாய்மொழியாக அபூர்வமாக உள்ள கதைகளைச் சேகரித்தவர்கள் மிகக் குறைவு. ஆ. சிவசுப்பிரமணியன் இதில் விதிவிலக்கானவர். வாய்மொழியாக மட்டும் பேசப்பட்ட கதைகளை, அவற்றின் வழிபாட்டுக் கூறுகள், சடங்குகள், ஆச்சாரங்கள் என எல்லாவற்றையும் தொகுத்திருக்கிறார் என்று தோன்றுகிறது. பக்கம் கருதிப் பதினான்கு கதைகளை மட்டும் நூலாக்கியிருக்கிறார். இந்தக் கதைகளெல்லாமே பழைய ஒருங்கிணைந்த திருநெல்வேலி மாவட்டப் பகுதிகளில் நடந்தவை.

கொலைப்பட்டவர்கள் எல்லாருமே தெய்வங்கள் ஆக்கப்படுவார்கள் என்பது ஒரு கருத்தாக்கம். இதற்குரிய பின்னணி பலமாக இருந்தால் இந்தத் தெய்வங்கள் நிலைபேறடையும். சில சமயம் கொலைப்பட்ட ஆண் சுடலைமாடன் என்ற தெய்வத்துடனும், கொலைப்பட்ட பெண் இசக்கியம்மன் என்ற பெண்தெய்வத்துடனும் இணைந்து பொதுவெளி வழிபாட்டிற்குரியவர்கள் ஆகிவிடுவார்கள். இப்படியாக இணையும் தெய்வங்களின் மூலங்களைக் கண்டுபிடிப்பதற்கு இந்தத் தெய்வங்களின் விழா, சடங்கு, நேர்ச்சை, சாமியாடியின் ஆட்ட முறை போன்றவை முக்கியமாக இருக்கும். சிவசுப்பிரமணியன் இப்படியொரு செய்தியைச் சொல்லுகிறார்: புதுப்பெட்டி அம்மனுக்குப் பலிகொடுக்கும் முறை வித்தியாசமானது. இக்கோயிலுக்கு ஆட்டைப் பலிகொடுக்கிறார்கள். ஆனால் மற்ற கோயில்களைப் போலல்ல. ஊர் இளைஞர்கள் சிறிய கட்டைக் கம்பால் ஆட்டை அடித்தே கொல்லுகிறார்கள். இதற்குப் பின்னால் இருக்கும் கதையே இந்தச் செயல்பாட்டுக்குக் காரணம். புதுப்பெட்டி அம்மனான அந்த இளம்பெண்ணுக்கு ஏழு அண்ணன்மார்கள் இருந்தார்கள். அவர்கள் இவளை அடித்தே கொன்றிருக்கிறார்கள். அண்ணன்மார்களின் சொல்லை மீறி ஜமீன்தார் ஒருவரின் கண்ணில் பட்டிருப்பதுதான் இதற்குக் காரணம்.

அவள் கொல்லப்பட்ட பின்பு வழிபாட்டுக்கு உரியவளாக மாறிவிட்டாள். இப்படியாக வழிபாடு பெறுகின்றவர்களின் வழிபாட்டு முறை, சடங்கு, ஆச்சாரம் போன்றவற்றிலிருந்து, கொலைப்பட்டுத் தெய்வமானவர்களின் பூர்வீக ஜாதகத்தின் ஒரு பகுதியைக் கொஞ்சமேனும் கண்டுபிடித்துவிடலாம் என்றுதான் இந்தப் புத்தகத்தின் ஆசிரியர் சொல்லியிருக்கிறார்.

ஒருமுறை கன்னியாகுமரி மாவட்டக் கடற்கரையோரக் கிராமத்தில் இசக்கிக் கோயிலின் விழாவிற்குச் சென்றிருந்தேன்.

அங்கு ஆட்டைப் பலி கொடுத்தார்கள். அது வித்தியாசமாக இருந்தது.

ஆட்டின் தலை மேலேயும் கால் கீழேயும் இருக்கும்படித் தொங்கவிட்டிருந்தார்கள். அப்படியே பலிகொடுத்தார்கள். சாதாரணமாக அப்படி பலிகொடுப்பது வழக்கமல்ல என்று எனக்குத் தெரியும். நான் ஒன்றுமே தெரியாதது மாதிரி கோயில் விழா நடத்தியவரிடம் அந்தப் பலியைப் பற்றிக் கேட்டேன். அவர் சொன்ன விவரத்தின்படி, அந்த இசக்கிக் கோயில் உண்மையில் பொதுவான இசக்கிக் கோயில் அல்ல. இங்கே கொலைப்பட்ட பெண்ணொருத்தி தெய்வமாகி இசக்கியோடு இணைந்துள்ளாள்.

இந்த ஊர்ப் பெண் ஒருத்தி கடற்கரை இளைஞனைக் காதலித்தாள்; கர்ப்பமுமடைந்தாள். பெற்றோர்களுக்குத் தெரிந்தது. அவளைத் தோட்டத்திலிருந்த சிறிய குளத்தில் மூழ்கடித்துக் கொன்றுவிட்டார்கள். பின் அவள் விபத்தில் இறந்தது மாதிரி ஒரு கதையை உருவாக்கி அவளுக்கு வழிபாடு நடத்திவிட்டார்கள். அவள் சக்தி உடையவளாக இருந்தாள் என்ற நம்பிக்கையின் காரணமாகச் சொந்தக்காரர்களும் வழிபட்டார்கள்; பின் ஊர்க்காரர்களும் வழிபட்டார்கள். பின்னர் இசக்கி என்ற பெண் தெய்வத்துடன் இணைய வேண்டிய சூழ்நிலை உருவானது. இப்படியெல்லாம் இருந்தால்தான் பொதுவெளிக்குரிய தெய்வமாக அவள் மாற முடியும். ஆகவே அவள் இசக்கி அம்மனாக மாறிவிட்டாள். இசக்கி அம்மனுக்குரிய ஓட்டு உருவத்தை (சுடுமண் சிற்பம்) வைத்து வழிபடுகிறோம். ஆனால் பலி மட்டும் கொலைப்பட்டவளுக்காகக் கொடுக்கப்படும் முறையிலேயே செய்யப்படுகிறது.

பொதுவாகக் கொலைப்பட்டுத் தெய்வமானவளுக்கு ஆட்டைப் பலிகொடுக்கும்போது ஆட்டின் தலை மேலாக இருக்கும்படியும் பார்த்துக்கொள்ளுவார்கள். வேள்வி அல்லது சிவன் அருளால் உருப்பெற்ற நாட்டார் தெய்வமாக இருந்தால் பலி ஆட்டின் தலைகீழாக இருக்கும். கால் மேலே இருக்கும். இப்படியொரு நடைமுறை உண்டு. இங்கு அந்தப் பழைய நடைமுறையே தொடர்கிறது. இவை இரண்டும் பாதாதிகேசம், கேசாதிபாதம் முறைகள் எனப்படுகின்றன.

ஆ. சிவசுப்பிரமணியனின் இந்த நூலில் பதினான்கு கதைகள் உள்ளன; எல்லாம் ஆணவம், பெருமிதம் காரணமாகக் கொல்லப்பட்டுத் தெய்வமானவர்களின் கதைகள். இவற்றில் ஒன்பது கதைகள் சாதி அடிப்படையிலான மணமறுப்புக்கான கொலைகள்; இரண்டு, திருடிய குற்றத்திற்கான கொலைகள். ஒன்று சொத்து அபகரிப்புக்காகச் செய்யப்பட்ட கொலை;

மற்றொன்று ஆள்மாறாட்டத்தால் செய்யப்பட்ட கொலை; இன்னொன்று கணவனைப் பிரிந்து வாழ்ந்த பெண், சிறுவர்கள் விளையாடிய ராட்டில் ஏறி விளையாடியதால் குடும்ப கௌரவம் போய்விட்டது என்று கருதியதற்கான கொலை. மொத்தத்தில் பெருமிதம், ஆணவம் ஆகியவைதாம் இந்தக் கொலைகளுக்குக் காரணம்.

இந்தக் கொலைகளில் ஒன்றைப் பார்ப்போம். திருநெல்வேலி மாவட்டம் அம்பாசமுத்திரம் அருகே உள்ள வண்டிமறிச்ச அம்மன் கோவில் தொடர்பான கதை. குடியிருப்பில் தந்தை தாய் இல்லாத அண்ணன், தங்கையர்கள் பசியின் கொடுமையால் நெசவாளர்கள் நூலுக்குப் பஞ்சுபோட வைத்திருந்த பாவுக் கஞ்சியைக் குடித்துவிட்டனர்.

இதனால் கோபமடைந்த நெசவாளர்கள் அண்ணன் தங்கைகளை அடித்துக் கொன்றனர். இறந்துபோன அண்ணன், தங்கைகள் பேயாக மாறி நெசவாளக் குடியிருப்பில் ஆதாளி செய்தனர். அவர்கள் வண்டியில் துணியை ஏற்றிக்கொண்டு வணிகத்திற்காகச் சென்றபோது வண்டியை மறித்தனர்.

இதற்குக் காரணமான அண்ணன், தங்கைக்கு வழிபாடு செய்தால் மட்டுமே தங்களுக்கு விமோசனம் கிடைக்குமென்று எண்ணிய நெசவாளர்கள் அண்ணன், தங்கைக்குக் கோயில் எடுத்தனர். இவர்களது உருவம் படுத்த நிலையிலேயே இருக்கிறது. மேற்கூரை இல்லை. கொலைசெய்யப்பட்ட அண்ணன், தங்கைகள் வெட்டவெளியில் படுத்த நிலையில் பிணமாய்க் கிடந்ததால் அவர்களுக்கு எடுக்கப்பட்ட உருவமும் அப்படியே அமைக்கப்பட்டதாகச் சொல்கிறார்கள்.

கொலைப்பட்ட அண்ணனும் தங்கையும் வண்டி மலையன், வண்டி மலைச்சி என்னும் பெயரிலே வழிபாடு பெறுகின்றனர். உண்மையில் இந்தப் பெயரில் ஏற்கெனவே ஒரு தெய்வம் இருக்கிறது. கொலைப்பட்டுத் தெய்வமான ஆண் அல்லது பெண் பிரபலமாக வழிபாடு பெறும் தெய்வங்களுடன் இணைவது ஒரு கருத்தாக்கம்.

இப்படி இணையும்போது அந்தத் தெய்வம் பரவலாக வழிபாடு பெற்றுவிடும். இந்தக் கருத்தாக்கத்தின்படி அண்ணனும், தங்கையும் வண்டி மலையன், வண்டி மலைச்சி ஆகிவிட்டனர். இங்கு குறிப்பிடப்படும் மலையன், மலைச்சிக்குப் பின்னால் ஒரு தொன்மம் உண்டு.

தென்மாவட்டங்களில் பரவலாக வழிபாடுபெறும் முத்தாரம்மன் கோவிலில் வண்டி மலையன், வண்டி மலைச்சி

தெய்வங்கள் துணைத் தெய்வங்களாக உள்ளன. முத்தாரம்மன் என்னும் தெய்வம் சந்தனமாரி, முத்துமாரி, முத்துமாலை என வேறு பெயர்களிலும் அறியப்படுகின்றது. இந்தக் கோயில்களிலும் வண்டி மலையன், வண்டி மலைச்சி துணைத்தெய்வங்களாக இருக்கிறார்கள் (மிகச்சில விதிவிலக்குகள் உண்டு).

இத்தெய்வங்களின் தோற்றம் பற்றிய செய்தி முத்தாரம்மன் வில்லுப்பாட்டில் வருகிறது. வாய்மொழி வடிவில் உள்ள கணியான் ஆட்டப் பாடல்களிலும் இந்தக் கதை சிறு மாற்றங்களுடன் வருகிறது. தென் தமிழ்நாட்டிலும் மொத்தக் கேரளத்திலும் நாட்டார் தெய்வ வழிபாட்டில் தாருகன் கதை ஆழமாகப் படிந்துள்ளது. தாருகன் தொன்மம் வேறு பல நாட்டார் தெய்வங் களின் உருவாக்கத்திற்குக் காரணமாக இருக்கிறது. கேரளத்தில் கண்ட கர்ணன் கதை ஒரு சான்று. தென் தமிழகத்தில் வண்டி மலையன், வண்டி மலைச்சி ஒரு சான்று.

இந்த இரு தெய்வங்களின் பிறவி பற்றி இரண்டு கதை வடிவங்கள் உள்ளன. 1911இல் பதிப்பிக்கப்பட்ட சங்கு நூலகம் 'முத்தாரம்மன் கதை'ப் பதிப்பின்படி வரும் கதை இதுதான்.

சக்திமா முனிவர்கள் செய்த வேள்வியில் எழுந்த புகை கைலாயம் சென்று பார்வதியின் உடலில் பட்டது. அது வேர்வை யாகப் பெருகியது. பார்வதி வியர்வையை வழித்தெறிந்தாள். அதிலிருந்து முத்தாரம்மன் பிறந்தாள்.

முத்தாரம்மனுடன் மூன்று முகம் கொண்டாள், பூதத்தின் மேல் இருப்பவள், மாலையம்மன், முத்துமாலையம்மன், மகமாயி, சங்குப் பிள்ளை, அனல்காரி இப்படியாகப் பிறந்த பதினெட்டுத் தெய்வங்களில் வண்டி மலையன், வண்டி மலைச்சி ஆகியோரும் உண்டு. இந்த இரண்டுபேரும் பார்வதியினுடைய குழந்தைகள் ஆதலால் அண்ணன், தங்கை என்றாயினர்.

தாரகன் பெரும் படையுடன் பத்திரகாளியை எதிர்க்கச் சிங்கத்தில் ஏறிவந்தான். காளி எருமைக் கடாவில் வந்தாள். தாரகனின் மார்பில் சூலத்தைச் செருகினாள். சிறிய மழுவால் அவன் தலையை வெட்டினாள். இரத்தம் கொப்பளித்தது. ஆறாகப் பெருகிய குருதி பூமியில் விழுந்தால் மொத்த உலகமே நாசமாகிவிடும் என்று உணர்ந்த காளி குருதியை இரண்டாகப் பிரித்து பார வண்டியிலே ஏற்றினாள். அவை வண்டி மலையன், வண்டி மலைச்சி எனப் பெயர்பெற்றன. இப்படியொரு கதை ஆறுமுக நாடார் கதைப் பதிப்பில் உள்ளது. இது

> எருமை கிடாவில் ஏறினாள் அம்மை
> தேரோடு தாரகன் தன்னைப் பிடித்து

சிறுமழுக்கொண்டு கழுத்தை அறுத்தாள்
கீழே உடம்பு துடிக்கவே இரத்தம்
சூழப்பரக்கின்ற இரத்தத்தை வாரி
பார வண்டிமேல் ஏற்றினாள் அம்மை
வந்து பிறந்தானே வண்டி மலையன்
வந்து பிறந்தாளே வண்டி மலைச்சி
வந்த இருவரும் ஒன்றாகப் பிறந்தனர்.

என்று முத்தாரம்மன் கதை கூறும்.

தென் மாவட்டங்களில் முத்தாரம்மன் கோயில்களில் துணைத் தெய்வமாக இருக்கும் வண்டி மலையனும், வண்டி மலைச்சியும் சாய்ந்த வடிவில் மொத்த அறையையும் வியாபித்துக் கொண்டிருப்பார்கள். இந்த வடிவம் சுதை அல்லது மண்ணால் செய்யப்பட்டிருக்கும். இரண்டு கைகள்; ஒரு கையில் சூலம்; மற்றொரு கையில் கப்பரை; வண்டி மலைச்சிக்கு மார்பு பெரிதாகக் காட்டப்பட்டிருக்கும்.

இரண்டு பேரும் ஜுவாலா மகுடம் உடையவர்கள். இருவருக்கும் நிறைய ஆபரணங்கள் போடப்பட்டிருக்கும். காதில் வேதாளம் தொங்கும்; குண்டலம் அல்லது பத்திர குண்டலம் இருக்கும். காலில் கழல் அணிந்திருப்பார்கள். பாதங்களின் கீழ் மகுடனின் தலை இருக்கும். சிங்க உருவம் காட்டப்பட்டிருக்கும். ஒரு வகையில் சிவன், பார்வதியின் அடையாளங்களே வண்டி மலையன், வண்டி மலைச்சிக்கும் இருக்கும்.

கன்னியாகுமரி மாவட்டம், அகஸ்தீஸ்வரம் வட்டம், நடுத்தெரு முத்தாரம்மன் கோயிலில் துணைத் தெய்வமாக இருக்கும் வண்டி மலையன், வண்டி மலைச்சி கல் வடிவில் இருக்கிறார்கள். இரண்டு ஆண்டுகளுக்கு முன்புவரை சுதை வடிவமாக இருந்த அண்ணன் தங்கை கல்லாகிவிட்டனர். இது இக்கோயிலின் பொருளாதார மேம்பாட்டால் வந்த வளர்ச்சி.

பழைய சுதை உருவத்தை மொத்தமாக வெட்டியெடுத்துப் பூமியில் புதைத்துவிட்டனர். அப்போது ஒரு விஷயத்தை நேரில் பார்த்தேன். வண்டி மலைச்சியின் மார்புப் பகுதியில் நெல்லை வைத்திருந்தனர். அதை வெள்ளைத் துணியால் மூடிச் சுதை பூசி ஒழுங்குபடுத்தியிருந்தனர். இது ஊரின் செழிப்பின் அடையாளமாகக் கருதப்பட்டது. இப்போது அதே இடத்தில் கருங்கல் வந்துவிட்டது. இதே ஊரின் தெற்குத் தெருவில் வண்டி மலையன், வண்டி மலைச்சி இருவரும் நின்ற கோலமாக உள்ளனர். இது அண்மையில் ஏற்பட்ட மாற்றம்.

இப்படியாக வில்லிசைப் பாடல்களில் வரும் கதாபாத்திரங் களில் பெரும்பாலோர் துணைத் தெய்வங்களாக வழிபாடு

பெறுகின்றனர். ஆனால் இவை அனைத்துமே நிலைபேறு அடைந்துவிடுவதில்லை. இவற்றிலும் வட்டார ரீதியான காரணங்களால் சில தெய்வங்கள் மட்டும் நிலைபேறும் தொடர்ந்த வழிபாடும் பெற்றுவருகின்றன. குறிப்பாக, கொலைப்பட்டுத் தெய்வமான இந்தத் துணைத் தெய்வங்களுடன் சில தெய்வங்கள் இணைகின்றபோது இவற்றுக்கு ஒருவகையான மரியாதை உருவாகிறது. அப்போது இவை வழிபாடும் பெறுகின்றன.

பொதுவாகக் கொலைப்பட்டு இறப்பவர்கள் இறைவனிடம் வரம்பெற்றுப் பழிவாங்கும் குணத்துடன் செயல்படும் தன்மை கொண்டவர்களாகக் கருதப்படுகிறார்கள். இந்தத் தன்மையே இவர்களைத் தெய்வத் தன்மையின் அடையாளமாக்குகிறது. இவர்கள் வரம் வாங்குவதே தங்களைக் கொன்றவர்களைப் பழிவாங்குவதற்குத்தான் என்பது மக்களின் நம்பிக்கை.

ஒருவன் அல்லது ஒருத்தி கொலைப்பட்டு ஆவியாக மாறிக் கயிலை மலைக்குச் சென்று சிவனிடம் வரம் கேட்பதாக வரும் செய்தி வில்லிசைப் பாடல்களில் பொதுவாக வருகிறது. சில சான்றுகளைப் பார்ப்போம். மண மறுப்பால் இறந்த தோட்டுக்காரி கயிலை சிவனிடம் வரம் கேட்கும்போது,

வெல்ல வரம் கொல்லவரம் வலியபிணி தீர்க்கவரம்
நல்லதவம் செய்தவரை நாளும் வைத்து ஆளும்வரம்

என்று கேட்கிறாள் ('தோட்டுக்காரி அம்மன் கதை' ஆறுமுக நாடார் பதிப்பு 1981 பக்: 53).

சந்தேகத்தால் கொலைப்பட்ட பிச்சைக்காரன் ஆவியான பின் சுடலை மாடனின் வாதைகள் எல்லாவற்றையும் அழைத்துக்கொண்டு கயிலை மலைக்குச் சென்று சிவனிடம் வரம் வாங்குகிறான்.

திடுதிடென ஐயனிடம் சென்றதுண்டால் வரந்தருவீர்
என்று சிவன் முன்பாக பிச்சைக்காரன் சென்று
கொன்றுபழி தானெடுக்க கொடியவரம் வேண்டும்
நிச்சியமாய் கைதொழவே நேர்மையுடன் சாத்தானும்
அச்சமற உள்ளமர்ந்து அறிந்தவுடன் வரம் தருவேன்

என்று கேட்டதாகப் பிச்சைக்காரன் ஏடு கூறும்.

முழுமாதக் கர்ப்பிணியான பொன்நிறத்தாள் என்பவளைத் திருடர்கள் கொடூரமாய்க் கொலை செய்த பின்னர் பொன்நிறத்தாள் காளியின் வேதாளப்படைகளை எல்லாம் அழைத்துக்கொண்டு

கயிலாயம் சென்று சிவனிடம் பெரும் வரம் கேட்கிறாள். தன்னைக் கொன்ற திருடர்களைக் கொல்லுவதற்கு மட்டுமல்ல, தான் நிலைபேறான தெய்வமாக, இசக்கியாக மாற வேண்டும்; எல்லாரும் வழிபடும் தெய்வநிலைக்குச் செல்ல வேண்டும் என்றும் வரம் கேட்கிறாள்.

குறுமான்குள இசக்கி என்றும் கோவில்கொள்ள வரம்வேண்டும்
பிளவுக்கல் இசக்கி என்று கோவில்கொள்ள வரம்வேண்டும்
கள்ளியங்காடு நீலி என்று வடக்கத்தி இசக்கியென்று
வடக்குவாய் செல்வி என்றும் வான்மாடப் புலத்தி என்றும்

எல்லாரும் வழிபடும் வகையில் தனக்கு வரம் வேண்டும் என்று கேட்கிறாள் ('பொன்நிறத்தாள் கதை ஏடு'). இதே பொன்நிறத்தாள் சிவனிடம் மேலும் வரங்கள் கேட்கும்போது

வெப்பு நோயைக் கொடுக்க வரம் வெந்தணலை வீச வரம்
தங்களுட கோவிலிலே வைத்து வழிபாடு கொள்ள வரம்
காளிப்புலயன் மந்திரவாதி கண்டவுடன் கொல்ல வரம்

இப்படியே பொன்நிறத்தாள் வரம் கேட்டுக்கொண்டே வருகிறாள்.

ஆ. சிவசுப்பிரமணியன் அச்சில் வந்த பாடல்களையோ ஏட்டுவடிவில் உள்ளவற்றையோ மூலங்களாக எடுத்துக் கொள்ளாமல் வாய்மொழி வடிவில் புழங்கும் கதைகளை மட்டும் தன் நூலுக்கு ஆதாரமாகக் கொள்ளுகிறார். வெறும் கதைகளை மட்டுமல்ல; அந்தத் தெய்வங்களின் வழிபாட்டுச் சடங்கு, ஆச்சாரம் ஆகியவற்றையும் கதையோடு சேர்த்துச் சொல்கிறார். இது மிக முக்கியம்.

ஒரு தெய்வத்தின் வழிபாடானது அது தொடர்பான கதைகளில் மட்டும் பரவிக் கிடக்கவில்லை. அந்த தெய்வத்திற்குச் செய்யப்படும் சடங்குகள், நேர்ச்சை, வழிப்பாட்டுப் பொருட்கள், படையல் ஆகியவற்றுடனும் பரவிக் கிடக்கின்றன. இவற்றையும் கதையில் ஒன்றாக வைத்துப் பார்க்கின்றபோதுதான் தெய்வத்தின் முழு அடையாளத்தைக் கண்டுபிடிக்க முடியும்.

மாடத்தியம்மன் என்ற தெய்வம் தொடர்பான கதை சாதி மாறுபாட்டாலோ மண மறுப்பாலோ உருவானதல்ல. கணவனைப் பிரிந்து வீட்டோடு இருக்கின்ற மாடத்தி பிற பெண்களைப்போல் சமூகத்தில் மகிழ்ச்சியோடு வாழ்கிறாள் என்ற ஒரே காரணத்திற்காகக் கொலைசெய்யப்படுகிறாள். இங்கு குடும்பப் பெருமிதம் ஒன்றே காரணம் காட்டப்படுகிறது. 'புதுப்பட்டி அம்மன் கதை', சாதி தொடர்பானதல்ல. தன் தங்கையிடம் வீட்டை விட்டு வெளியே செல்லக் கூடாது என்று

கட்டுப்பாடு விதிக்கிறார்கள் ஏழு அண்ணன்மார்கள். அவள் அதை மீறி ஒரு ஜமீன்தாரின் கண்ணிலே பட்டுவிடுகிறாள். இதனால்

இதுமாதிரியான தரவுகளே இந்த நூலை வேறொரு நிலைக்கு மாற்றுகின்றன.

நாகர்கோவில் அ.கா. பெருமாள்
05.05.2022

என்னுரை

சற்று நீண்ட தலைப்பில் குறுநூலாக வெளிவரும் இந்நூல் நாட்டார் வழக்காற்றியல் என்ற அறிவுத்துறையின் வகைமைகளில் ஒன்றான நாட்டார் சமயத்தை மையமாகக் கொண்டுள்ளது. அடிப்படையில் நாட்டார் சமயமானது குறுந்தொகைப் பாடல் (3:1-2) ஒன்று கூறுவதுபோல 'பூமியைக் காட்டிலும் அகலம் உடையது, ஆகாயத்தைக் காட்டிலும் உயர்ந்தது, கடலைக் காட்டிலும் ஆழம் உடையது.'

நாட்டார் வழக்காற்றியல் என்ற பரந்துபட்ட அறிவுப் புலத்தின் வகைமைகளில் ஒன்றான 'நாட்டார் சமூகப் பழக்கவழக்கங்கள்' என்ற பிரிவில் இடம்பெற்றுள்ள முக்கிய வகைமையே நாட்டார் சமயம். அத்துடன் ஏனைய வகைமைகளுடனும் 'செம்புலப் பெயல் நீர்' போலக் கலந்து நிற்கும் தன்மைத்தது. வாய்மொழி வழக்காறுகளான பாடல்கள், கதைகள், சடங்குகள், நம்பிக்கைகள் என்பனவற்றுடனும், நாட்டார் நிகழ்த்துக் கலைகளுடனும் மனிதர்களுடனும் மட்டுமின்றி விலங்குகளுடனும், பறவைகளுடனும் ஐம்பூதங் களுடனும் தாவரங்களுடனும் நெருக்கமான பிணைப்பைக் கொண்டது. அத்துடன் எல்லா வற்றிற்கும் ஒரு வரலாறு உண்டு என்பதற்கேற்ப இதில் இடம்பெற்றுள்ள கடவுளர்களுக்கும் வரலாறு உண்டு. இவ்வரலாறானது இலக்கியத்தில் இடம்பெறும் பாடவேறுபாடு போன்று சில கடவுளர்களுக்கு ஒன்றுக்கொன்று வேறுபாடான

வரலாறுகளும் உண்டு. இவ் வரலாறுகளின் மையமாக அமைவது அக்கடவுளர்கள் எப்படித் தோன்றினார்கள் என்பதுதான். இவ்வரலாறானது சைவம், வைணவம் ஆகிய நிறுவனச் சமய நெறிகளில் இடம் பெற்றுள்ள கடவுளர்களின் வரலாற்றிலிருந்து வேறுபட்ட ஒன்றாகும்.

நிறுவனச் சமயக் கடவுளர்கள் இந்நிலவுலகில் நிகழும் ஏதேனும் ஒரு தீமையை அழித்து நன்மையை நிலைநிறுத்த இப்பூவுலகிற்கு வருவார்கள். இதையே அவதரித்தல் என்பர். அவதரித்தல், இக்கடவுளரின் சிறப்பியல்புகளில் ஒன்று. ஆனால் நாட்டார் கடவுளர்கள் நம்மைப் போன்ற மனிதர்களாக இம்மண்ணுலகில் வாழ்ந்தவர்கள். இவ்வுண்மையை எழுத்தாளர் ஜெயமோகனும் *(2020:239)* ஏற்றுக்கொண்டு நாட்டார் தெய்வங்கள் குறித்துப் பின்வரும் மதிப்பீட்டை முன்வைக்கிறார்:

> அவை மனிதர்களாக வாழ்ந்தவை. தங்கள் அருஞ் செயல்களால் சிலர் தெய்வமானார்கள். தங்களை மீறிய ஊழ்வினைக்கு ஆட்பட்டதனால் சிலர் தெய்வங்களா னார்கள். இங்கே வாழ்க்கை முடியாது இறந்ததனால் சிலர் தெய்வங்களானார்கள்.

இங்கு மீவியற்கை ஆற்றல் *(Super Natural)* மீதான அவரது நம்பிக்கை வெளிப்பட்டாலும் நாட்டார் தெய்வங்கள் மனிதர்களாக வாழ்ந்தவை என்ற உண்மையை ஏற்றுக்கொண்டுள்ளார்; அவற்றைப் பழிக்கவில்லை. மற்றொரு பக்கம் ஆறுமுக நாவலர், மறைமலை அடிகள், மு. அருணாசலம் ஆகிய கடுத்த சைவர்கள் இத்தெய்வங்கள் தம் மானுடப் பிறவியில் எத்தகைய வாழ்க்கை வாழ்ந்தவர்கள் என்று சுட்டிக்காட்டிப் பழித்துரைக்கின்றனர். இவர்களுள் மு. அருணாசலம் 'குற்றக் கடவுளர்கள்' *(Criminal Gods)* என்ற பட்டத்தை வழங்கியுள்ளார்.

நிறையும் குறையும் உடையவர்களாக வாழ்ந்து மறைந்த மனிதர்களில் ஒரு சிலர்தான் மறைவிற்குப் பின் கடவுளாக்கப் பட்டவர்கள். இம்மறைவு இயற்கையான இறப்பாக மட்டுமின்றி இயற்கைச் சீற்றம், விபத்து, தற்கொலை, நேரடியான போர், தனிப்பட்ட பகைமையால் நிகழும் கொலை, சொத்தை மையமாகக் கொண்டு நிகழும் கொலை, ஆதிக்க வகுப்பினருடனான பகை போன்றவற்றால் ஏற்பட்ட இறப்பாகவும் இருக்கும். மேற்கூறிய காரணங்கள் தவிரச் சாதி என்ற எல்லை கடந்து காதலித்தமைக்காகக் கொலைக்கு ஆளானோரும் உண்டு. இவர்கள் இறப்புக்குப் பின்னர் கடவுளர்களாக்கப்பட்டு வழிபடப்படுகிறார்கள். இவர்களது இறப்புக்குக் கொலைகள் காரணமாக அமைந்ததன் அடிப்படையில் "கொலையில்

உதித்த தெய்வங்கள்" என்ற சொல்லாட்சியைப் பேராசிரியர் நா. வானமாமலை உருவாக்கினார்.

1989இல் நான் பதிப்பித்து வெளியிட்ட 'பூச்சியம்மன் வில்லுப்பாட்டு' என்ற கதைப்பாடலின் முன்னுரையில் நாட்டார் தெய்வங்களின் மனித வாழ்க்கையின்போது அவர்கள் என்ன காரணங்களுக்காகக் கொலை செய்யப்பட்டார்கள் என்பதைப் பின்வருமாறு வகைப்படுத்தியிருந்தேன்:

(1) நிலப் பிரபுத்துவம் உள்ளிட்ட அதிகார வர்க்கத்தின் பகைமை

(2) பிறரின் பொறாமை உணர்வு

(3) மூடநம்பிக்கை (நரபலி போன்றவை)

(4) குடும்பப் பிரச்சினைகள் (மண உறவு, சொத்துரிமை, முறையற்ற பாலுறவு) தோற்றுவிக்கும் பகைமையுணர்வு

(5) நேரடியான போரில் ஈடுபட்டமை

(6) வாழ்க்கைப் பிரச்சினையால் சில தவறுகள் அல்லது குற்றங்களைப் புரிதல்

(7) கொள்ளையர், காமுகர் ஆகியோரிடமிருந்து பிறரைக் காக்கும் முயற்சியினை மேற்கொண்டமை

(8) சாதி மீறிய காதல்

(9) குடும்பத்தின் மானத்தைக் காக்கும் முயற்சி

மேற்கூறிய ஒன்பது காரணங்களும் தனித்தனியான காரணங்களாக அமைந்திருந்தாலும் பெரும்பாலும் இவை ஒன்றுடன் ஒன்று தொடர்புடையவைதாம். இவ்வுண்மையை இதன் பின்னர் நிகழ்த்திய கள ஆய்வுகளின் வழி புரிந்துகொள்ள முடிந்தது. கொலையில் உதித்த இக்கடவுளர்கள் நாட்டார் சமய நெறிக்குள் ஈர்க்கப்பட்டு நாட்டார் தெய்வங்களாக விளங்கி வரும் நிலையில் சமய எல்லையைக் கடந்து இத்தெய்வங்கள் சமூக ஆய்வுக்கான தரவுகளில் ஒன்று என்ற தகுதியைப் பெற்றுள்ளன. சமூக ஆய்வு என்று பொத்தாம் பொதுவாகக் கூறுவதைத் தவிர்க்க விரும்புவோர் அடித்தள மக்கள் வரலாறு, விளிம்பு நிலையினர் வரலாறு, வரலாற்றில் இடம் மறுக்கப் பட்டோர் வரலாறு என்ற பெயர்களில் ஒன்றைப் பயன்படுத்திக் கொள்ளலாம்!

இம்மக்கள் பிரிவினரின் வரலாற்றுக்கான தரவுகளை இம்மக்கள் பிரிவினரிடமிருந்தே பெற்றுக்கொள்ள வேண்டும்.

ஏனெனில் மேட்டிமையோரின் வரலாற்று ஆவணங்களில் இவர்களுக்கு உரிய இடம் வழங்கப்படுவதில்லை. இச்சூழலில் நாட்டார் தெய்வங்கள் தம் மனித வாழ்க்கையில் கொலையானமைக்கான காரணம், கொலையுண்ட பின்னர் தெய்வமானமை, இத் தெய்வத்தை வணங்குவோர், இத்தெய்வங் களை மையமாகக் கொண்டு நிகழும் வழிபாட்டுச் சடங்குகள், திருவிழாக்கள், நிகழ்த்துக் கலைகள், வழிபாட்டில் ஏற்பட்ட மாறுதல்கள் அவற்றிற்கான காரணங்கள் என்பனவற்றுள் பல சமூக வரலாற்று உண்மைகள் புதையுண்டு கிடக்கும். இவற்றைச் சேகரித்து ஆய்வு செய்யும்போது சில உண்மைகள் வெளிப்படும். இவை தனியொருவரைக் குறித்த உண்மையாக மட்டுமின்றி அவர் சார்ந்த மக்கள் பிரிவைக் குறித்த உண்மையாகவும் அமையும். இக்காரணத்தால்தான் நாட்டார் தெய்வங்கள் வழிபாட்டுக்குரியவை என்ற எல்லை கடந்து கடந்த காலத்தின் வரலாற்றுத் தரவுகள் என்ற தகுதியையும் பெறுகின்றன. குறிப்பாகக் கொலையில் உதித்த தெய்வங்கள் கொலைக்கு ஆளானமைக்கான காரணம் கொலை செய்யும்படித் தூண்டியோர் அல்லது கொலைத் தண்டனை விதித்தோர், கொலை செய்தோரால் அவர்கள் தெய்வமாக்கப்பட்டமை, தற்போது அத்தெய்வங்களை வணங்கி வரும் இனக்குழுச் சமூகத்தினர், வழிபாட்டு முறை (படையல்கள், உயிர்ப்பலி, சாமியாடி சாமியாட்ட நிகழ்வு), தெய்வங்களின் கரங்களில் இடம்பெற்றுள்ள ஆயுதம் என்பனவற்றை மையமாகக் கொண்டு நிகழ்த்தப்படும் கள ஆய்வின்வழி பெறப்படும் தரவுகள் நாட்டார் தெய்வ ஆய்வு எல்லையைக் கடந்து நம்மைச் சமூக வரலாற்று ஆய்வாளராக அல்லது சமூக வரலாற்றை வாசிப்பவராக மாற்றிவிடும் தன்மையன. இவ்வுண்மையை ஜெயமோகனும் **(2019:240)** இப்படிக் குறிப்பிடுகிறார்.

... நம் நாட்டுப்புறத் தெய்வங்கள் ஒரு பக்கம் மதம் என்றால் இன்னொரு பக்கம் வரலாறாகவும் உள்ளன. சில விஷயங்களை நினைவில் நிறுத்துவதற்காகவே அவை வழிபடப்படுகின்றன.

இக்குறுநூலானது இரண்டு வகையான கொலையில் உதித்த தெய்வங்களை அறிமுகம் செய்கிறது. முதலாவது, ஆணவத் தன்மை கொண்டோரின் பகைமைக்கு ஆளாகிக் கொலையுண்டு தெய்வமானோரை மையமாகக் கொண்டது. இவர்கள்தான் ஆணவக் கொலைச் சாமிகள். இரண்டாவது, குடும்ப மானம் காத்தல் என்ற பெயரில் பெற்றோர், உடன்பிறந்தோர் ஆகியோரால் கொலைக்காளாகிப் பின்னர் தெய்வமாக்கப்பட்டவர்கள். இவர்கள் பெருமிதக் கொலை அம்மன்கள். இந்நூலின் இறுதிப் பகுதியில் கள ஆய்வின் வழி

சேகரிக்கப்பட்ட நாட்டார் தெய்வங்களின் தோற்றம் குறித்த பதினான்கு பழமரபுக் கதைகள் இடம்பெற்றுள்ளன. இவை வெறும் கதைகள் அல்ல. கடந்தகாலச் சமூக உறவுகள் குறித்து அறிந்துகொள்ள உதவும் வரலாற்றாவணங்கள். இவற்றை அழியவிடாது பாதுகாக்கும் நோக்கிலேயே இவை இங்கு இடம்பெற்றுள்ளன. இவற்றின் அழிவு பல்வேறு காரணங்களால் நிகழ்கிறது. முதலாவது, இத்தெய்வங்களை வழிபட்டுவந்தோரின் பொருளியல் வளர்ச்சி. இரண்டாவது, இடப்பெயர்ச்சி. மூன்றாவது, கிராமங்கள் நகரமயமாதல். இவற்றுடன் கல்வி வளர்ச்சியையும் சேர்த்துக்கொள்ளலாம்.

இவற்றின் தாக்கத்தால் இக்கதைகள் (ஆவணங்கள்) தொடர்ச்சியாக வரலாற்றாவணங்களாகத் தொடர்வதில் சிக்கல் ஏற்படுகிறது. பழமரபுக் கதைகள் என்ற வகைமைக்குள் அடங்கியிருந்த இக்கதைகள் தொன்மக் கதைக் கூறுகளை உள்வாங்கி நிறுவனச் சமயக் கடவுளர்களுடன் நெருக்கமான உறவு கொண்டவையாக மாறிவிடுகின்றன. இப்புதிய உறவினால் நாட்டார் தெய்வங்கள் தொடக்கத்தில் மனிதர்களாக வாழ்ந்தவர்கள் என்ற உண்மையிலிருந்து விடுவிக்கப்பட்டு அவதார புருஷர்களாக மாறிவிடுகிறார்கள். இந்த விபத்துக்கு ஆளானவர்களாக முத்துப்பட்டன், மதுரை வீரன், காத்தவராயன் ஆகிய தெய்வங்களைக் குறிப்பிடலாம்.

முத்துப்பட்டன் என்ற பிராமண இளைஞன் வாலப்பகடை என்ற அருந்ததியரின் இரு மகள்களைத் திருமணம் செய்து கொண்டு அவர்களுடன் வாழ்ந்து வெட்டுப்பட்டு இறந்து பின் தெய்வமாகிறான். அவனது வழிபாடு பரவலான பின்னர் இக்கதையில் மாற்றம் செய்யப்படுகிறது. இதன்படி பிராமணப் பெண்ணொருத்தி தான் பெற்ற இரு பெண் குழந்தைகளைக் காட்டில் விட்டுச் சென்றுவிடுகிறாள். இக்குழந்தைகளை வாலப்பகடை எடுத்து வளர்க்கிறார். அவ்வாறு வளர்க்கப்பட்ட இரு இளம் பெண்களையே பிராமணனாகிய முத்துப்பட்டன் மணந்துகொள்வதாக மாற்றம் நிகழ்ந்துள்ளதை வானமாமலை எடுத்துரைத்துள்ளார். இம்மாற்றம் முத்துப்பட்டனின் வருணத் தூய்மையைப் பாதுகாக்கும் நோக்கில் உருவானதாக அவர் கருதுகிறார்.

காசியை ஆண்டுவந்த மன்னனுக்கு மகன் பிறந்தான். இவன் பிறந்த நேரம் சரியில்லாமையால் மன்னனது உயிருக்குத் தீங்கு நேரிடும் என்றும் சோதிடர் கணித்தார். இதைத் தவிர்க்கும் வழிமுறையாக அக்குழந்தையைக் காட்டில் விடும்படி அறிவுரை கூறினார். அவரது அறிவுரைப்படி காட்டில் விடப்பட்ட குழந்தையை

அருந்ததியப் பெண்ணொருத்தி எடுத்து வீரையன் என்று பெயரிட்டு வளர்த்தார். அவ்வாறு வளர்ந்தவனே பின்னர் கொலையுண்டு மதுரை வீரனானான். மற்றொரு கதை வடிவில் ஒரு பெட்டியில் வைத்து ஆற்றில் விடுகிறார்கள். குழந்தைப் பேறில்லா அருந்ததியர் சமூகத்து இணையர் இக்குழந்தையை எடுத்து வளர்க்கிறார்கள். இந்தக் குழந்தையே வளர்ந்து மதுரை வீரனாகிறது. இக்கதை வடிவத்தையே எம்ஜிஆர் நடித்த ‘மதுரை வீரன்’ திரைப்படத்தில் பயன்படுத்தியுள்ளார்கள். இவ்வாறு அருந்ததியச் சமூகத்தின் வீரம்மிக்க இளைஞன் ஒருவனின் சாதி அடையாளம் துடைக்கப்பட்டு அரச குடிப்பிறப்பு வழங்கப் பட்டுள்ளது.

ஆதிதிராவிடர் சமூகத்தைச் சேர்ந்த பரிமளம் என்ற காத்தவராயனை ஆர்யமாலா என்ற பிராமணப் பெண் காதலிக்கிறாள். இருவரும் உடன்போக்காகச் சென்றுவிடுகிறார்கள். பின்னர் மன்னன் கட்டளைப்படி அவன் கழுவில் ஏற்றிக் கொல்லப்படுகிறான். இறப்புக்குப் பின் தெய்வமாக்கப்படுகிறான். இதன் பின்னர் இவனுக்கும் ஆர்யமாலாவுக்கும் தேவலோக முற்பிறப்பு வழங்கப்படுகிறது.

இம்மூன்று நாட்டார் தெய்வங்களின் தோற்றக் கதைகளில் முறையே பிராமணக் குடிப்பிறப்பு, அரச குடிப்பிறப்பு, தேவலோகப் பிறப்பு என மூன்று முற்பிறவிப் பிறப்புகள் வழங்கப்பட்டுள்ளன. பிராமணனான முத்துப்பட்டன் பிராமணப் பெண்களைத்தான் திருமணம் செய்துகொண்டான். மதுரை வீரன் மன்னன் ஒருவனின் மகன், காத்தவராயன் தேவலோகவாசி என்ற முற்பிறவி வழங்கல் நிகழ்வானது இம்மூவரும் நாட்டார் தெய்வங்களாக ஆக்கப்பட்டுப் பரவலாக வழிபடப்பட்ட பின்னர் நிகழ்ந்துள்ளன. சமூக ஒடுக்குமுறைக்கு ஆளாகிவந்த சமூகத்தில் தோன்றிய இரு மாவீரர்களின் ஆற்றல் அச்சாதிக்கு உரிய ஒன்றல்ல என்ற கருத்து மதுரை வீரன், காத்தவராயன் கதைகளில் இடம் பெற்றுள்ள முற்பிறவி வழங்கல் வழி வாழைப்பழத்தில் ஊசி ஏற்றுவதுபோன்று வெகுமக்கள் உள்ளத்தில் பதியவைக்கப்படு கிறது. முத்துப்பட்டனின் மனைவியர் இருவருக்கும் வழங்கப்பட்ட உயர்குடிப் பிறப்பு, அவனது திருமணம் சாதி மீறிய திருமணம் அல்ல சுயசாதித் திருமணம் என்று நிறுவுவதற்குத் துணை நிற்கிறது.

நாட்டார் தெய்வங்களின் தோற்றம் குறித்த மாறுதல்கள் இன்றும் தொடர்கின்றன. இந்துத்துவ அமைப்புகள் திட்டமிட்டு இதை மேற்கொண்டுவருகின்றன. இந்தியப் பண்பாட்டில் நிலவும் பன்முகத் தன்மையை ஓரங்கட்டிவிட்டு ஒற்றைப்

பண்பாட்டினை நிலைநிறுத்தும் முயற்சியில் அவர்கள் தீவீரத் தன்மையுடன் இயங்கிவருகிறார்கள். இம்முயற்சியில் பண்பாடு என்ற பரந்துபட்ட களத்திற்குள் அடங்கும் சமயத்தின்மீது அவர்களது ஆர்வம் மிகுதியாக உள்ளது. இதன் வெளிப்பாடாக நாட்டார் சமய நெறியினை இந்து சமயம் என்ற நிறுவனச் சமயத்தின் ஓரங்கமாக மாற்றும் வழிமுறைகளை மேற்கொண்டு வருகிறார்கள்.

இதற்கான வழிமுறைகளில் ஒன்றாக நாட்டார் தெய்வ வழிபாட்டில் இதுவரை இடம்பெற்றிராத வடமொழி மந்திரங்களை அறிமுகம் செய்துவருகிறார்கள். சமயத்தைப் போன்றே மொழியும் பண்பாடு என்ற களத்திற்குள் அடங்குவதுதான். தமிழகத்தின் சைவம், வைணவம் என்ற இரு சமய நெறிகளும் தம் வழிபாடுகளில் சமஸ்கிருதத்தை உள்வாங்கிக்கொண்டது போன்று தமிழகத்தின் நாட்டார் சமய நெறி உள்வாங்கிக்கொள்ளவில்லை. ஆனால் மொழி என்ற பண்பாட்டுக் கருவியின் துணையால் நாட்டார் சமய நெறியின் ஆன்மாவைச் சிதைத்து, அதை இந்து சமயத்தின் அங்கமாக மாற்றும் பணியில் ஈடுபடுகிறார்கள். இதன் வெளிப்பாடாகவே இன்று நாட்டார் தெய்வங்களுக்கு வடமொழி மந்திரங்கள் உருவாக்கப்பட்டுவருகின்றன. இவ்வாறு மந்திரங்கள் உருவாக்கப்படுவதன் தேவை குறித்து ஜெயமோகன் *(2017:158–159)* கூறியுள்ளது அவசியம் கவனிக்கத்தக்க ஒன்று. ‘‘ஒரு தெய்வம் இந்து மையப் போக்குக்குள் நுழையும்போதே சமஸ்கிருதத்தில் அதற்கான மந்திரங்களும் தோத்திரங்களும் உருவாகி வந்துவிடுகின்றன’’ என்று குறிப்பிடும் இவர் இது தொடர்பாக முன்வைக்கும் பின்வரும் கருத்துக்கள் ஆழ்ந்த ஆய்வுக்குரியன. எனவே பின்வரும் அப்பகுதியை அப்படியே எடுத்தாள வேண்டிய கட்டாயம் உள்ளது.

> சென்ற நூற்றாண்டுக் காலத்திற்குள்தான் ஐயப்பனுக்குச் சமஸ்கிருதத் தோத்திரங்கள் உருவாயின. அதன் பின்னர்தான் கேரள நாட்டார் தெய்வமான ஐயப்பன் இந்தியாவெங்கும் உலகமெங்கும் இந்துக்கள் வழிபடும் தெய்வமாக ஆகியது.
>
> சபரிமலையில் மலையாளம் மட்டுமே ஒலித்திருந்தால் இத்தனை தமிழர்களும் ஆந்திரர்களும் பிகாரிகளும் அங்கே ஒன்றாக நின்று வழிபட்டிருக்க முடியாது.
>
> பெரும்பாலான கேரள பகவதி கோயில்களில் இந்தச் சமஸ்கிருதமயமாக்கல் அரை நூற்றாண்டில் நிகழ்ந்தது. தமிழக மாரியம்மன்களுக்குச் சமஸ்கிருத வழிபாடு கண்ணெதிரே உருவாகிக்கொண்டிருக்கிறது. சென்ற இருபதாண்டுக் காலத்துக்குள் சுடலை மாடசாமிக்குச்

சமஸ்கிருதச் சுலோகங்கள் உருவாகிவந்திருக்கின்றன. இந்து மதம் தன்னைத் தொகுத்துக்கொண்டு விரிவடையும் வழிமுறை இதுதான்.

அதாவது ஒரு நாட்டார் தெய்வம் ஒரு குலக் குழுவுக்குள், ஒரு மொழிச் சூழலுக்குள், ஒரு வட்டாரத்துக்குள் மட்டும் வழிபடப்படும்போது அதற்கு வட்டார மொழி போதுமானதாக உள்ளது. அது உலகம் முழுக்க உள்ள அனைத்து இந்துக்களும் வழிபடும் தெய்வமாக ஆகும்போது அது சமஸ்கிருதம் என்ற பொதுமொழியை வழிபாட்டு மொழியாகக் கொள்ள வேண்டியிருக்கிறது.

இக்கூற்றை ஆராயும் முன்னர் நாட்டார் தெய்வங்கள் குறித்து இதுவரை தமிழ்நாட்டில் நிலவிவந்த சிந்தனைப் போக்குகளைப் பறவை நோக்கிலாவது அறிந்துகொள்வது அவசியமாகிறது. உலகின் பல்வேறு நாடுகளில் நிலவிய சமயங்களின் வரலாற்றை ஆராயப் புகும் மானுடவியலாளர்கள், தொடக்கத்தில் இயற்கை, இறப்பு ஆகியவை குறித்த புரிதல் இன்றி, இயற்கை நிகழ்வுகள் குறித்த அச்சவுணர்வுடன், கண்ணுக்குப் புலப்படாத ஆவி என்ற ஒன்றின்மீது கொண்ட நம்பிக்கையின் அடிப்படையில் உருவான ஒன்றே சமயம் என்று விளக்கமளிப்பர். இவ்விளக்கம் குறித்து மானுடவியல் அறிஞர்களுக்கிடையில் சிற்சில வேறுபாடுகள் உண்டு. முன்னுரையின் நீட்சியைத் தவிர்க்கும் முகத்தான் அவற்றை இங்கு குறிப்பிடவில்லை. இவர்களுக்கிடையிலான ஒற்றுமைக் கூறென்பது சமயம் குறித்த தொடக்க கால வரலாற்றை ஆராய்வதுதான். இம்முயற்சியில் முதலாவதாக அடையாளம் காட்டப்படுவது தொல்சமயம் (புராதனச் சமயம்) ஆகும். சமூக வளர்ச்சிப் போக்கில் உருவான நிறுவனச் சமயங்கள் (பெருஞ்சமயம்) இதன் கூறுகள் சிலவற்றை உள்வாங்கிக்கொண்டிருக்கும். மற்றொரு பக்கம் தொல்சமயக் கூறுகளை மிகுதியாக உள்வாங்கிக்கொண்ட சமயமாக நாட்டார் சமயம் அமைந்துள்ளது.

தமிழ்நாட்டைப் பொறுத்தளவில் சைவம், வைணவம் இரண்டும் பூர்வீகமான நிறுவனச் சமயங்கள். இன்று இவை இந்து என்ற ஒற்றை அடையாளத்திற்குள் அடங்கியுள்ளன. ஸ்ரீகாஞ்சி காமகோடி மடத்தின் பீடாதிபதியாக விளங்கிய ஸ்ரீசந்திரசேகரேந்திர சரஸ்வதி சங்கராச்சாரி சுவாமிகள் கருத்துப்படி, 'இந்து' என்ற பொது அடையாளம் ஆங்கிலேயர்களால் வழங்கப்பட்டதாகும். "வெள்ளைக்காரன் நமக்கு இந்துக்கள் என்று பொதுப் பெயர் வைத்தானோ நாம் பிழைத்தோம்" என்று எழுதியுள்ளார் ('தெய்வத்தின் குரல்'; முதல் பாகம்).

இந்து என்ற பொது அடையாளம் பெற்றுத் தமிழ்நாட்டில் வாழ்வோரில் பெரும்பாலோர் குலதெய்வம், கிராம தேவதை என்றழைக்கப்படும் நாட்டார் சமயக் கடவுளர்களை வணங்குவோ ராக மட்டுமின்றிச் சைவ, வைணவக் கடவுளர்களை வணங்குவோராகவும் உள்ளனர். இதை இரட்டைச் சமய வாழ்க்கை என்று குறிப்பிடலாம். இவர்கள் வணங்கும் நாட்டார் தெய்வங்கள் வட்டாரத்தன்மை கொண்டவை. இங்கு வட்டாரம் என்பது அரசின் நிர்வாகப் பிரிவுகளான வட்டம், மாவட்டம் என்ற நிர்வாகப் பிரிவு சார்ந்தது அல்ல. நிலஅமைப்பு, தொழில், சாதி, சமயம் என்பனவற்றை மையமாகக் கொண்ட பண்பாட்டின் அடிப்படையிலான பிரிவாகும். நாட்டார் சமயத்தில் இடம் பெற்றுள்ள கடவுளர்கள் வட்டாரப் பண்பாட்டின் தாக்கத்திற்கு ஆட்பட்டவர்கள். பரந்துபட்ட தமிழகத்தின் சமய வாழ்வில் இடம்பெற்றுள்ள சைவ, வைணவக் கடவுளர்கள் ஆகம விதிமுறைகளுக்கு ஆட்பட்டவர்கள். நாட்டார் தெய்வங்கள் ஆகம விதிகளுக்கு உட்படாதவை. பொங்கல் இடுதலையும், படையல் சோற்றையும் உயிர்ப் பலியையும் ஏற்பவை. சாமியாடிகளின் வழியே தம்மை வணங்குவோருடன் உரையாடுபவை.

இவை எல்லாவற்றிற்கும் மேலாக நிறுவனச் சமயக் கடவுளர்களின் வரலாற்றைக் கூறும் தொன்மங்கள் (புராணங்கள்), தம் எதிரிகளை அல்லது பூவுலக, வானுலகவாசிகளுக்கு இன்னல் இழைத்தோரை அவர்கள் கொன்றழித்த சிறப்பைக் கூறுபவை. ஆனால் நாட்டார் தெய்வங்களின் வரலாறு கூறும் பழமரபுக் கதைகளும் கதைப் பாடல்களும் அவர்களது ஆற்றலை மட்டுமின்றி அவர்கள் தம் எதிரிகளால் கொன்றழிக்கப்பட்ட அவலத்தையும் வெளிப்படுத்துபவை. சிவனும் விஷ்ணுவும் அவதாரமெடுத்து எதிரிகளை அழித்தவர்கள் எனில் நாட்டார் தெய்வங்கள் ஆணவம் மிக்க தனிமனிதனாலோ சாதியாலோ அழிக்கப்பட்டவர்கள். இவ்வகையில் நாட்டார் தெய்வங்களின் வரலாறானது கடந்த காலத்தில் இவர்களது முன்னோர் ஒருவர்மீது நிகழ்த்தப்பட்ட வன்முறையை இன்றைக்கும் உணர்த்தி நிற்கிறது.

இந்து என்ற ஒற்றை அடையாளத்தை வழங்கும் முயற்சியில் இக்கடந்தகால வரலாறு மழுங்கடிக்கப்படுவதுடன் மறக்கடிக்கவும் படுகிறது. இதற்குத் துணைபுரியவே நாட்டார் தெய்வங்களுக்கு வடமொழி மந்திரங்கள் உருவாக்கப்படுகின்றன. உலகக் கத்தோலிக்கர்களின் வழிபாட்டு மொழியாகப் பல நூற்றாண்டுகளாக இலத்தீன் மொழி வழக்கில் இருந்தது. இரண்டாம் வத்திகன் சங்க முடிவை அடுத்து 1965க்குப் பின்னர் பல்வேறு உலக மொழிகள் இலத்தீன் மொழியை அகற்றிவிட்டு

இன்று வழிபாட்டு மொழியாகிவிட்டமை இங்கு நினைவில் கொள்ளத்தக்கது. ஆனால் இங்கு தாய்மொழிக்கு மாற்றாகச் சமஸ்கிருதம் பரிந்துரைக்கப்படுகிறது. மதவாத அரசியலுடன் மொழி அரசியலும் இணைந்துகொண்டுள்ளது.

இப்போக்கு வலுப்பெறும்போது சமூக ஒடுக்குமுறைக்கும் ஆணவக் கொலைக்கும் பெருமிதக் கொலைக்கும் ஆளானோரின் உண்மை வரலாறு புராண வரலாறாக மாறுதலையடைந்து சாரமிழந்து போய்விடும். மரபு மீறிய கலகக்காரர்களாகவும் போராளிகளாகவும் எதிர்க்குரல் எழுப்பியவர்களாகவும் வாழ்ந்து மறைந்தோர் புராணப் பாத்திரங்களாக மாறிவிடுவர். கடந்த காலத்தில் வாழ்ந்த முன்னோர் ஒருவருக்கு இழைக்கப்பட்ட அநீதியை இன்றைய தலைமுறைக்கு நினைவூட்டிக்கொண்டிருந்த தெய்வம் அருளாசி வழங்கும் தெய்வமாகிவிடும். நம் தெய்வத்திற்கும் வடமொழி மந்திரம் கிடைத்துவிட்டது என்ற மகிழ்ச்சி மட்டுமே எஞ்சி நிற்கும். பெற்றதோ நாம் புரிந்து கொள்ள இயலாத சமஸ்கிருத மந்திரங்களை! இழந்ததோ நம் கடந்தகால வரலாற்றுத் தரவுகளை! அத்துடன் வழிபாட்டில் இடம்பெறத் தகுதியற்ற மொழி தமிழ் மொழி என்ற கருத்தையும் ஏற்றுக்கொள்கிறோம்.

இத்தகைய சமூகச் சூழலில் நாட்டார் தெய்வங்களின் தோற்றம் தொடர்பான உண்மை நிகழ்வுகளைக் கண்டறிய வேண்டும். கதைகளுக்குள் புதையுண்டு கிடக்கும் கொடூரங்களையும், அவலங்களையும் வெளிப்படுத்த வேண்டும். அவர்களின் இனிய கனவுகளைச் சிதைத்தோரை அடையாளம் காண வேண்டும். இம்முயற்சியில் நாட்டார் தெய்வங்களின் தோற்றக் கதைகள் மட்டுமின்றி அவற்றுடன் தொடர்புடைய வழிபாட்டு முறைகள், திருவிழாக்கள், கதைப்பாடல்கள், நிகழ்த்துக் கலைகள் என்பனவற்றையும் அவதானித்து இணைத்து ஆராய வேண்டும். இச்சிறு நூல் நாட்டார் தெய்வங்கள் சிலவற்றின் தோற்றம் குறித்த பழமரபுக் கதைகளை மட்டுமே அறிமுகம் செய்துள்ளது.

இந்நூலை ஆர்வத்துடன் வெளியிட்டுதவும் ‘காலச்சுவடு’ பதிப்பகத்தாருக்கும் அதன் நிர்வாக இயக்குநர் கண்ணனுக்கும், கணினிப் பிரிவின் ஹெமிலாவுக்கும் வள்ளியூர் வி. பெருமாளுக்கும் என் நன்றி. முன்னுரை வழங்கிய அன்பிற்குரிய நண்பர் பேராசிரியர் அ.கா. பெருமாளுக்கும் களஆய்வில் துணை நின்ற அன்பு மாணவர்கள் ந. சுப்புராம், முனைவர் செயவீரதேவன், வழக்கறிஞர் லிங்கம், நினைவில் வாழும் தோழர்கள் இளசை மணியன், எஸ்.எஸ். சந்திரசேகரன் ஆகியோருக்கும் என் நன்றி.

பாளையங்கோட்டை தூய சவேரியார் கல்லூரியின் நாட்டார் வழக்காற்றியல் துறையில் பேராசிரியராகவும் துறைத் தலைவராகவும் பணியாற்றி ஓய்வு பெற்றவர் முனைவர் நா. இராமச்சந்திரன். தமிழகத்தின் தென்மாவட்டங்களில் வழிபடப்படும் நாட்டார் தெய்வங்களைக் குறித்து ஆய்வு செய்து முனைவர் பட்டம் பெற்றவர். இவரது ஆய்வேடு 'துடியான சாமிகள்' என்ற தலைப்பில் நூலாக வெளிவந்துள்ளது. இளங்கலை வகுப்பில் இவர் பயிலும் காலத்திலிருந்தே இவரை அறிவேன். பேராசிரியர் நா. வானமாமலையின் மாணவர் குழாமில் இவரும் ஒருவர். அவர் வெளியிட்ட *ஆராய்ச்சி* இதழைத் தொடர்ந்து வெளியிடும் பொறுப்பை ஏற்று நடத்திவருபவர். அன்புத் தம்பியான அவருக்கு இந்நூலைக் காணிக்கையாக்குவதில் பெரிதும் மகிழ்கிறேன்.

மதுரை   **ஆ. சிவசுப்பிரமணியன்**
07–07–2022

ஆணவக் கொலைச் சாமிகள்

ஆணவம் என்ற சொல்லுக்குச் 'செருக்கு' என்று தமிழ் அகராதிகள் பொருள் உரைக்கின்றன. இவ்வகையில் அகந்தை என்ற பொருளை வெளிப்படுத்துவதாகவும் ஆணவம் என்ற சொல்லைப் பொருள் கொள்ள இடமுண்டு. சைவச் சித்தாந்திகள் ஆணவம், கன்மம், மாயை என்ற மூன்று மலங்களைக் குறிப்பிடுகிறார்கள். இவற்றுள் முதல் மலமாக ஆணவ மலம் அமைந்துள்ளது. இதை மூலமலம் என்றும் குறிப்பர். ஆணவமலம் அனைத்துத் துன்பத்திற்கும் காரணம் என்று சைவ சித்தாந்தம் குறிப்பிடும். இது ஆணவம் என்ற மலத்திற்கு ஆட்பட்டவர் அடையும் துன்பத்தைக் குறிப்பிடுவதாக அமைகிறது. ஆனால் சமூக வாழ்வில் ஆணவ மலத்திற்கு ஆட்பட்டோனைவிட அவனுடன் வாழும் சக மனிதர்களே அதிகளவில் அவனால் துன்பத்திற்கு ஆளாகியுள்ளார்கள். உலகியல் வாழ்க்கையின் சமூக நடப்பியல் நிகழ்வாக நம் சமூக வாழ்வில் இது நிலைத்துவிட்டது.

ஒரு குறிப்பிட்ட நாட்டார் தெய்வம் உருவான வரலாற்றைக் கூறும் பழமரபுக் கதை அல்லது கதைப்பாடலில் ஒரு வகைமையாக அமைவது அத்தெய்வம் தன் மனித வாழ்க்கையின்போது கொலையுண்ட நிகழ்வு. இத்தெய்வங்களே கொலையில் உதித்த தெய்வங்கள். 'தெய்வங்களின் தோற்றக் கதைகள்' என்ற நூலின் ஆசிரியர்கள் (ஆறு. இராமனாதன் & பே. சக்திவேல் 2014) 674 தெய்வங்களின் கதைகளை இந்நூலில் பதிவு

செய்துள்ளார்கள். கள ஆய்வு, கதைப்பாடல்கள், ஆய்வுக் கட்டுரைகள், ஆய்வு நூல்கள், ஆய்வேடுகள் என்பனவற்றின் துணையுடன் இப்பெரிய பணியை நிறைவேற்றியுள்ளார்கள்; இந்நூலில் கொலையில் தோன்றிய தெய்வங்களாக 136 தெய்வங் களை அடையாளப்படுத்தியுள்ளார்கள் (மேலது: 16–17). இத்தெய்வங் களுள் எண்பத்தைந்து ஆண் தெய்வங்கள்; ஐம்பத்தொன்று பெண் தெய்வங்கள். இவை தவிர தற்கொலையில் தோன்றிய ஆண் தெய்வங்கள் பதினேழு என்றும் பெண் தெய்வங்கள் நூற்றுநாற்பத்து மூன்று என்றும் குறிப்பிடப்பட்டுள்ளது (மேலது: 17–19). இப்பெண் தெய்வங்களின் எண்ணிக்கை உயர்வுக்குப் பாலின அடிப்படையில் அவர்கள் எதிர்கொண்ட இன்னல்களே காரணம் எனலாம்.

போர்க்களத்தில் போரிட்டும், ஆநிரை கவரச் சென்றும், ஆநிரை கவர வருவோருடனும் கவர்ந்து சென்றோருடனும் போரிட்டும் மாண்டவர்களுக்காக நடுகல் நாட்டி வழிபட்டமை பழந்தமிழ் இலக்கியங்களில் இடம்பெற்றுள்ளது. ஒரு வகையில் இவர்களும் கொலையில் உதித்த தெய்வங்கள் வரிசையில் இடம்பெறத் தக்கவர்களே. இங்கு குறிப்பிடப்படுபவர்கள் ஆணவம் கொண்டோரால் கொலை செய்யப்பட்டோராவர். இங்கு ஆணவம் கொண்டோர் என்போர் ஆன்மிகவாதிகள் குறிப்பிடுவது போன்று ஆணவம் என்ற களிம்பு பூசப்பட்டவர்கள் அல்லர். இவர்களது ஆணவம் என்பது அதிகாரம், பொருள்வளம், பாலினம் ஆகியவற்றை அடிப்படையாகக் கொண்டது. இவற்றுடன் சாதிய அடுக்கில் பெற்றுள்ள உயரிய இடத்தையும் சேர்த்துக்கொள்ளலாம். இவற்றின் ஆதிக்கத்தால் கொலையுண்டு தெய்வமாக்கப்பட்டவர்களை இக்கட்டுரை அறிமுகம் செய்கிறது.

அதிகார ஆணவம்

ஓர் ஊரின் மக்கள் உழுதொழில், வாணிபம், நெசவு, கைவினைத் தொழில்கள், குடி ஊழியம் எனப் பல்வேறு பணிகளை மேற்கொண்டு மன்னராட்சிக் காலத்தில் வாழ்ந்துள்ளனர். இப்பணிகள் ஒவ்வொன்றும் சமூகத்திற்குத் தேவையானதுதான். என்றாலும் சீறூர்த் தலைவன், குறுநில மன்னன், வேந்தன், பாளையக்காரன், சமீன்தார் எனப் பல்வேறு பெயர்களில் ஒவ்வொரு காலகட்டத்திலும் ஆட்சிபுரிந்தோர் தம் அதிகாரத்தை மக்கள்மீது தன்னிச்சையாகச் செலுத்திவந்தது வரலாற்றுண்மை. பெண் கொலை புரிந்த நன்னனை நாம் அறிவோம்தானே!

கோவலனை அழைத்துவந்து அவன் தரப்புச் செய்தியைக் கேட்டறியாமலேயே "கொன்றச் சிலம்பு கொணர்க" என்று

பாண்டிய மன்னன் வாய்மொழியாக இட்ட கட்டளைதானே கோவலன் உயிரைப் பறித்தது. தன் உயிர் துறந்து இத்தவற்றை அவன் சரிசெய்ய வேண்டியிருந்தது. வரலாற்றில் எல்லா மன்னர்களும் பாண்டிய மன்னன்போல் இருந்துள்ளார்களா என்ன?

அச்சம் என்ற மெய்ப்பாடு தோன்றுவதற்கான நான்கு வகை ஏதுக்களில் 'தம் இறை' என்ற ஒன்றையும் தொல்காப்பியம் குறிப்பிடுகிறது. இறை என்ற சொல் அரசனையும் குறிப்பிடுவதாக இளம்பூரணர், பேராசிரியர் ஆகிய தொல்காப்பிய உரையாசிரியர்கள் கருதுகிறார்கள். அதிகாரத்தின் துணையுடன் இவர்கள் ஒருவனது உடல் உறுப்புக்களைத் துண்டித்தல் ஒருவனைத் தண்டிக்கும் வழிமுறையாக அவனைச் சார்ந்து வாழும் மனைவி, பிள்ளைகள், சுற்றத்தினர் ஆகியோருக்கும் கேடு விளைவித்தல், கோல் கொண்டு அடித்தல், கொல்லுதல் ஆகியவற்றை மேற்கொண்டதாகத் தொல்காப்பிய மெய்ப்பாட்டியல் நூற்பா உரைகளால் அறிய முடிகிறது. இதுவே வளர்ச்சியுற்றுக் கீழ்நிலை அதிகார வர்க்கத்தினரும் இவற்றை மேற்கொள்ளத் தூண்டியுள்ளது. இது தொடர்ச்சியானதொரு நிகழ்வு.

திருட்டு போன்ற சிறு குற்றங்களுக்குக்கூடக் கொலைத் தண்டனை வழங்கப்பட்டுள்ளதை நாட்டார் தெய்வங்கள் சிலவற்றின் தோற்றக் கதைகள்வழி அறிய முடிகிறது.

திருட்டு

தூத்துக்குடி மாவட்டத்தின் தென்பகுதியில் உள்ள கடற்கரைச் சிற்றூர்களில் ஒன்று மணப்பாடு. இவ்வூருக்கு மேற்கே உள்ள தேரிக்காட்டுப் பகுதியில் வாழ்ந்துவந்த புலைமாடன் என்ற புரதவண்ணார் சாதி இளைஞன் தன் தங்கையின் விருப்பத்தை நிறைவேற்ற அப்பகுதியில் மேய வந்த திருச்செந்தூர் முருகன் கோயில் மாடு ஒன்றைக் கொன்று அதன் இறைச்சியை உணவாக்கி அதைத் தன் தங்கைக்கு வழங்கியதுடன் தானும் உண்டான். மேய்வதற்குச் சென்ற கோயில்மாடு ஒன்று காணாமல்போனதை அறிந்த மணியக்காரன், அதைத் திருடியவனைக் கண்டறிந்து அவனை வெட்டிப்போடும்படிக் கட்டளையிட்டான். அதன்படி அவர்கள் புலைமாடனைக் கண்டுபிடித்து வெட்டிக் கொன்றனர். இறப்புக்குப் பின்னர் அவன் புலைமாடன் என்ற தெய்வமானான் (சிவசுப்பிரமணியன். ஆ. 2014: 81–84).

வீரமணி சாம்பான் என்பவர் காரியூர் கருங்குளம் என்ற ஊரில் கரையாள நிலக்கிழாரிடம் மேற்பார்வையாளராக இருந்து

வந்தார். கரையாளர்கள் தம் நெற்களஞ்சியத்தின் திறவுகோலை வீரசாம்பானிடமே கொடுத்துவைத்திருந்தனர்.

கள் குடிப்பதில் கொண்டிருந்த விருப்பத்தால் கரையாளர்களின் நெற்களஞ்சியத்திலிருந்து அவ்வப்போது நெல் எடுத்து அதன் துணையால் கள்குடித்தும் இறைச்சி தின்றும் வாழ்ந்தான். இதை அறிந்த கரையாளர்கள் அவனைக் கட்டிவைத்து அடித்துக் கொன்றனர். இறந்த பின் அவன் தெய்வமாக்கப்பட்டான். இச்செய்தியைக் கூறும் கதைப்பாடலை ஓலைச்சுவடியிலிருந்து 1826இல் காகிதத்தில் நகல் எடுத்துள்ளார்கள். பேராசிரியர் அ.கா. பெருமாள் வழங்கிய இக்கதைப்பாடல் வழி அறிந்த செய்தியே இங்குக் குறிப்பிடப்பட்டுள்ளது. கதைப் பாடலில் இடம்பெற்றுள்ள கருங்குளம் என்ற ஊரைக் கண்டறிய முடியவில்லை. அதனால் கதைப்பாடலில் இடம்பெற்றுள்ள செய்தி மட்டுமே இங்கு குறிப்பிடப்பட்டுள்ளது.

சாதி மீறிய காதல்

சாதி அமைப்பு முறை வகுத்துள்ள இறுக்கமான சமூகக் கட்டுப்பாடுகளில் தலையாயக் கட்டுப்பாடு சாதிக்குள் நடக்க வேண்டிய மண உறவாகும். இருப்பினும் இதை மீறிய காதலும் உடன்போக்கும் திருமணமும் அவ்வப்போது நிகழத்தான் செய்கின்றன. தமிழ்நாட்டின் கதைப்பாடல் தலைவர்கள் வரிசையிலும், நாட்டார் ஆண் தெய்வங்கள் (சாமிகள்) வரிசையிலும் குறிப்பிடத்தக்க அளவில் சாதிமீறிக் காதலித்தமைக்காகக் கொலை செய்யப்பட்டோர் இடம்பெற்றுள்ளனர். இவர்கள் கொலையில் பெண்ணின் தந்தை அல்லது பெண்ணின் சாதியினர் கொலை செய்யத் தூண்டியவர்களாகவும் கொலைச் செயலைச் செய்தோர் அவர்களைச் சார்ந்து வாழ்வோராகவும் இருப்பர். கொலை நிகழ்வுக்குப் பின் கொலையுண்டோரின் ஆவி குறித்த அச்சத்தின் காரணமாகக் கொலை செய்வித்தோரும் கொலை செய்தோரும் வழிபாடு செய்வர். கொலையுண்டோர் தரப்பு அன்பின் காரணமாகக் கொலையுண்டோரைத் தெய்வமாக்கி வழிபடுவர். இறந்தோரின் உணவுப் பழக்கத்தின் அடிப்படையில் இத்தெய்வங்களுக்குப் படையல் படைக்கப்படும்.

பிராமணப் பெண்ணைக் காதலித்தமைக்காகக் கொலை செய்யப்பட்ட புரத வண்ணார் சாதியைச் சேர்ந்த ஈனமுத்து என்ற இளைஞன் தூத்துக்குடி மாவட்டம் சிங்கத்தா குறிச்சி கிராமத்தில் தெய்வமாக வழிபடப்படுகிறான். அவனுடன் அவன் காதலியான பிராமணப் பெண்ணும் வழிபடப்படுகிறாள். சாதியின் அடிப்படையில் பாப்பாத்தி அம்மன் என்று அழைக்கப்படும்

இந்த அம்மனுக்கு உயிர்ப்பலி கிடையாது.சர்க்கரைப் பொங்கல், தேங்காய் படைத்து வழிபடுகிறார்கள். ஆனால் ஈனமுத்துக்கு உயிர்ப்பலி உண்டு (சிவசுப்பிரமணியன். ஆ. 2019: 25–26).

பொருளாதார வலிமை

பொருளாதார நிலையில் வலிமை பெற்றவர்கள் தம்மை மேலும் வலுவுடையவர்களாக ஆக்கிக்கொள்ள முயற்சி செய்வது வழக்கமான ஒன்று. இம்முயற்சியில் அறமற்ற முறையில் பிறரது உடைமைகளைக் கவர முனைவர். அதிகாரம், சாதியம் ஆகியன இதற்குத் துணை நிற்கும். ஆதாயம் தரும் தொழிலாக வேளாண்மை இருந்த காலத்தில் பெருநிலக்கிழார்கள் கடன் கொடுத்தும், அச்சுறுத்தியும் உழைக்கும் மக்களின் நிலங்களைக் கைப்பற்றுவது பரவலாக நிகழ்ந்துள்ளது. இந்நூலில் இடம்பெற்றுள்ள கலியன் கலியச்சி கதை, கலியன் என்ற அருந்ததியரின் நிலத்தைக் கைப்பற்ற நிகழ்ந்த கொலையை வெளிப்படுத்துகிறது.

சாதி

தமிழ்ச் சமூக வரலாற்றில் சாதியின் பங்களிப்பு புறக்கணிக்க இயலாதது. சமூக மேலாண்மையை நிலைநிறுத்தவும் சமூக மேலாண்மைக்கு எதிராகப் போராடவும் சாதி பயன்பட்டுள்ளது. இப்போராட்டத்தில் ஒடுக்கப்பட்ட மக்கள் பிரிவில் இருந்து எதிர்க்குரல் எழுப்பியோரை உள்ளூர் வீரர்கள் என்ற வகைமைக்குள் அடக்கலாம். உள்ளூர் வீரர்கள் உருவாவது மேட்டிமையோருக்கு அச்சத்தை ஏற்படுத்திய நிலையில் அவர்கள் உருவாகாது பார்த்துக்கொண்டனர். அப்படி யாரேனும் உருவாவது தெரிந்தால் அவர்களைக் கொலை செய்யவும் தயங்குவதில்லை. இவ்வகையில் கொலைக்கு ஆளாகித் தெய்வமான வீரனே சின்னத்தம்பி. திருநெல்வேலி, தூத்துக்குடி, கன்னியாகுமரி மாவட்டங்களில் தெய்வமாக வணங்கப்பட்டு வரும் சின்னத்தம்பியின் வரலாற்றைக் கூறும் கதைப்பாடல் உள்ளது. வில்லுப்பாட்டு வடிவில் இருக்கும் இக்கதைப்பாடல் இன்றும் நாட்டார் தெய்வக் கோயில்களில் நிகழும் ‘கொடை’ (திருவிழா) விழாவின்போது பாடப்படுகிறது. நான் அறிய சின்னத்தம்பி வரலாற்றுக் கதைப்பாடலை முதல்முறையாகக் கட்டுரை வடிவில் அறிமுகப்படுத்தியவர் பேராசிரியர் நா. வானமாமலை (சென்ற நூற்றாண்டின் ஐம்பதுகளின் இறுதி அல்லது அறுபதுகளின் தொடக்கமாக இருக்கலாம்). இக்கதைப் பாடலை முனைவர் ஆர். நிர்மலாதேவி பதிப்பித்துச் சென்னை ஆசியவியல் ஆய்வு நிறுவனம் வழி வெளியிட்டுள்ளார்.

திருநெல்வேலி மாவட்டத்தில் அடங்கிய நாங்குநேரி வட்டத்தில் உள்ள வேப்பிலாங்குளம் என்ற கிராமம் சின்னத்தம்பி வரலாற்றின் தொடக்கக் களமாக அமைகிறது. இவ்வூரில் அருந்ததியர் சமூகத்தைச் சேர்ந்த இராமப் பகடை, பூலுடையாள் என்ற இணையர் வாழ்ந்துவருகின்றனர். இவர்கள் மகப்பேறின்றி வருந்திவந்த சூழலில் திருக்குறுங்குடி அழகியநம்பி கோயில் சென்று அங்கே நாற்பத்தொரு நாட்கள் தங்கி வழிபட்டு ஆண்மகவொன்றைப் பூலுடையாள் பெற்றெடுத்தார். அழகிய நம்பி அருளால் பெற்றெடுத்த அக்குழந்தைக்கு அத்தெய்வத்தின் பெயரையே இட வேண்டும் என்று தாய் விரும்பினார். ஆனால் அப்போது நிலவிய இறுக்கமான சாதிய ஒடுக்குமுறை, சமூகரீதியாக விலக்கப்பட்ட விஷயங்கள் ஆகியவை காரணமாக அப்பெயரை இடுவது இயலாத நிலையில் சின்னத்தம்பி என்று பெயரிட்டார்கள்.

இக்காலத்தில் திருக்குறுங்குடியைச் சிற்றரசர் ஒருவர் கோட்டை கட்டி ஆண்டுவந்தார். மலையடிவார ஊரானதால் காட்டு விலங்குகள் ஊருக்குள் புகுந்து பயிர்களை அழித்து வந்தன. ஒரு வீரனாக வளர்ந்திருந்த சின்னத்தம்பி அவற்றைக் கொன்றழித்தமையால் உழுதுண்டு வாழும் மக்களின் பாராட்டையும் அன்பையும் பெற்றிருந்தான். சிற்றரசரின் முரட்டுக் குதிரையை அடக்கித் தளவாய் பதவியையும் பெற்றுவிட்டான். இது அன்றைய சூழலில் மேட்டிமையோரின் பொறாமைக்கும் பகைமைக்கும் சின்னத்தம்பியை ஆளாக்கியது.

இதன் உச்சக்கட்டமாக தருமராசர் என்பவன் எடுத்த முடிவை வில்லுப்பாடல் இவ்வாறு தெரிவிக்கிறது:

சாதியிலே கீழ்ச்சாதி சக்கிலியப் பகடைச்சாதி,
அவனை வைத்திருக்கக் கூடாதென்று மந்திரிமார்
சொன்னதுண்டு
இச்சமயம் வரவழைத்துப் பலியிட வேணுமென்று

இறுதியில் தான் விரும்பியபடியே பாப்பாக்குடி என்ற ஊருக்குச் சின்னத்தம்பியை வரவழைத்து நரபலி கொடுத்துத் தன் மேட்டிமைச் சாதி வெறியைத் தணித்துக்கொள்கிறான் தருமராசர்.

கொலையில் உதித்த நாட்டார் தெய்வங்கள் தெய்வநிலையை அடையும் முன்னர் பின்வரும் செயல்களை மேற்கொள்வதாகப் பெரும்பாலான கதைப்பாடல்கள் குறிப்பிடும். இவை கதைப்பாடலின் இறுதியில் இடம்பெறும்:

1. சிவன், காளி போன்ற தெய்வங்களிடம் சென்று வணங்கி வரம் பெறும்.

ஆ. சிவசுப்பிரமணியன்

2. அவ்வரத்தின் துணையால் தன்னைக் கொன்றவனையும் அவனுக்குத் துணை நின்றவர்களையும் பழிவாங்கும்.

3. அவர்களது கால்நடைகளையும் பயிர்களையும் அழிக்கும்.

4. தம்மைத் தெய்வமாக ஏற்றுக்கொண்ட பின் அமைதி அடைந்துவிடும்.

5. பெருந்தெய்வத்தின் பரிவாரத் தெய்வங்களுள் ஒன்றாக மாறிவிடும்.

சின்னத்தம்பி வில்லுப்பாட்டிலும் இது இடம்பெற்றுள்ளது *(Nirmala Devi: 1987:48, 50)*. காட்டாளம்மன் என்ற தெய்வத்தை வணங்கி அத்தெய்வத்தின் சேவுகனாக மாறிய பின் அவன் மேற்கொண்ட செயல்கள் வருமாறு:

> காட்டா எம்மனிடம் கைகெட்டி வாய்பொத்தி
> என்னை இவ்விதஞ் செய்தவரை ஈரலெடுத்து மாலைபோட்டு
> வம்மிசத்தை நாசமாக்கி வரவேணும் என் தாயே
> போகவிடை தான்கொடுத்தாள் பூதப் படையுடனே
> பாப்பாக்குடி ஊரையெல்லாம் பதறடித்துச் சின்னத்தம்பி
> தர்மராசா சோமப்பிள்ளை ஆண்டாபிள்ளை அழகப்பபிள்ளை
> மந்திரவாதி குமாருப் பிள்ளை மாடன்சாம்பான் வம்மிசமும்
> குத்திரெத்தம் தான்குடித்துக் குடல்பிடுங்கி மாலை போட்டு ....
> .... காட்டாளம்மன் கோவிலிலே வந்துசேர்ந்தான் சின்னத்தம்பி

கொலையுண்ட மனிதர்களில் சிலர் தெய்வங்களாக மாறிய பின்னர் உருவான கதைப்பாடல்களின் இறுதியில் இடம்பெறும் இப்பகுதி வெகுமக்களின், குறிப்பாக அடித்தள மக்களின் உணர்வுகளை அல்லது எதிர்பார்ப்புகளை வெளிப்படுத்தி நிற்கிறது. அதே நேரத்தில் இது மேட்டிமையோரின் ஆதரவைப் பெற்று வாழும் எழுத்துக் கல்வி பெற்றோரால் உருவாக்கப்படுவது. இவ்விரு பிரிவினரும் நிறுவனத் தெய்வங்களே உயர்வானவை என்று கருதுபவர்கள். சிறுதெய்வம் என்று நாட்டார் தெய்வங் களையும் அவை உறையும் கோயில்களைப் பேய்க்கோயில் என்றும் அழைப்பவர்கள். நாட்டார் தெய்வங்களைவிட நிறுவனச் சமயங்களே ஆற்றல் மிகுந்தவை என்ற கருத்தை வலியுறுத்துபவர்கள். இக்கண்ணோட்டத்தினால்தான் ஆற்றல் குறைந்த நாட்டார் தெய்வங்கள் ஆற்றல் மிகுந்த பெருஞ்சமயக் கடவுளர்களிடம் வரம் பெறுவதாக அமைத்துள்ளனர்.

குற்றம் இழைத்தவர்கள் தண்டிக்கப்பட வேண்டும் என்பது நாட்டார் நீதி. இதன் அடிப்படையில் கற்பனையாகவேனும் கொலைக்கு ஆளானவனால் மேட்டிமையோர் பழிவாங்கப்படு கிறார்கள். நிறுவனச் சமயக் குழாமில் நுழைவதும் ஒரு தகுதி.

இத்தகுதியுடன் பழிவாங்கலும் நிறைவேறிய பின்னர் நாட்டார் தெய்வம் அமைதியாகிவிடுகிறது.

அதிகாரம், பொருள்வளம், சாதிய மேலாண்மை தனித்தோ இணைந்தோ ஆணவத்தை உருவாக்குகின்றன. ஆணவம் கொலைக்கு வித்திடுகிறது. கொலையின் விளைவாக நாட்டார் தெய்வம் (கொலைச் சாமி) ஒன்று உருவாகிறது. எப்போதோ நடந்த ஒரு கொலையை இத்தெய்வம் தலைமுறை தலைமுறையாக ஒரு குறிப்பிட்ட வட்டாரத்தில் வாழ்ந்த அல்லது வாழும் மக்களுக்கு நினைவூட்டிவருகிறது. நிகழ்த்துக்கலை போல் சாமியாட்டம் இதை மீண்டும் நிகழ்த்திக்காட்டுவது கடந்தகாலக் குற்றச்செயல் ஒன்றை இன்றைய தலைமுறைக்கு நினைவூட்டிவருகிறது. குத்துப்பட்டு இறந்த ஒருவன் தண்ணீர் தண்ணீர் என்று கதறி இறந்துபோய் எப்போதோ தெய்வமாகிவிட்டான். இன்று அவனுக்காக உருவான கோயிலில் சாமியாடுபவர் ஆட்டத்தின் நடுவில் தண்ணீர் தண்ணீர் என்று கதறியவாறே மயங்கிக் கீழே விழுகிறார். முழங்காலுக்குக் கீழே கால் துண்டிக்கப்பட்டுக் கொலையுண்டவர் கோயிலின் சாமியாடி முழங்காலை மடித்து அதைத் துண்டால் கட்டிச் சாமியாடுகிறார். உண்மையாகக் கால் துண்டிக்கப்பட்டு மாண்டுபோனவனின் காதலி வாழ்ந்த தெருவுக்குள் நுழைகிறார்.

நாட்டார் நிகழ்த்துக்கலை போன்று சாமியாட்டம் என்ற சமயச் சடங்கானது நடப்பியல் தன்மையுடன் நம் உள்ளத்தில் ஊடுருவிக் கடந்த காலத்தின் கொலை நிகழ்வை நாம் மறக்காதிருக்கச் செய்கிறது. இவை வட்டாரத் தன்மை கொண்டவை. ஆனால் பரந்துபட்ட இந்தியக் கடவுள்களை உருவாக்க விழைவோர் இந்துப் புராணக் கதை மாந்தருடன் இக்கடவுள்களை இணைத்து அகில இந்தியக் கடவுளராக்க முயற்சி செய்கின்றனர். காவல்துறையின் அகராதியில் தடய அழிப்பு (*Destruction of evidence/ screening the evidence*) என்ற ஒன்றுண்டு. வட்டாரத் தெய்வங்களை அகில இந்தியத் தெய்வங்களாக்கும் முயற்சியும் ஒரு வகையில் தடய அழிப்புத்தான்.

பெருமிதக் கொலை அம்மன்கள்

கொலை என்பது சட்டத்தின்படி குற்றம். இதனால் குற்றவியல் சட்டங்கள் கொலை என்பது குறித்துச் சில வரையறைகளை வகுத்துள்ளன. இவ்வரையறைகளில் மிகவும் எளிதான ஒரு வரையறையாக 'மரணம் விளைவிக்க வேண்டும் என்ற கருத்துடன் ஒரு செயலைச் செய்து மரணம் விளைவித்தல்' என்பது அமைகிறது. மரணம் விளைவிக்கும் வழிமுறையும் அதற்கான நோக்கமும் பல திறத்தன. இவற்றுள் ஒன்றாகப் பெருமிதம் என்பது அமைகிறது.

பெருமிதம்

தொல்காப்பியப் பொருளதிகாரத்தில் இடம் பெற்றுள்ள ஓர் இயல் மெய்ப்பாட்டியல். இவ்வியலில் எண்வகை மெய்ப்பாடுகள் குறித்த நூற்பா ஒன்று இடம்பெற்றுள்ளது. இவற்றுள் ஆறாவது மெய்ப்பாடாகப் பெருமிதம் குறிப்பிடப்படுகிறது. அடுத்து ஒவ்வொரு மெய்ப்பாடுகள் குறித்தும் தனித்தனியாக விளக்கும் தொல்காப்பியர் எப்போதெல்லாம் பெருமிதம் வெளிப்படும் என்பதை,

> கல்வி தறுகண் இசைமை கொடைமை எனச்
> சொல்லப்பட்ட பெருமிதம் நான்கே

என்ற நூற்பாவால் விளக்குகிறார். இந்நூற்பாவின்படி கல்வி, வீரம், புகழ், கொடை என்ற நான்கும் பெருமிதம் வெளிப்படக் காரணமாக அமைகின்றன.

இதன் அடிப்படையில் பெருமிதம் சார்ந்து நிகழும் கொலை களைப் பெருமிதக் கொலைகள் என்று அடையாளப்படுத்தலாமோ என்று எண்ணத் தோன்றுகிறது. இதுவே இக்கட்டுரையின் ஆய்வுப் பொருள். ஆய்வுக்கான அடிப்படைத் தரவுகளாக நாட்டார் தெய்வங்கள் சிலவற்றின் தோற்றக் கதைகள் அமைந்துள்ளன.

தோற்றக் கதைகள்

பெரும்பாலான சமயங்களில் அச்சமயக் கடவுளர்களின் வரலாறு குறித்த செய்திகள் அடங்கிய புராண நூல்கள் உள்ளன. இத்தெய்வங்களின் பிறப்பில் தொடங்கி இவர்கள் தெய்வமாக உருப்பெற்று வணங்கப்படும் நிகழ்வு வரையிலான இச்செய்திகளின் தொகுப்பு தோற்றப் புராணம் எனப்படும். இது செய்யுள் அல்லது உரைநடை வடிவில் அச்சமயத்தின் புராண நூல்கள் வரிசையில் இடம்பெற்றிருக்கும். தமிழகத்தில் வழக்கிலுள்ள சைவம், வைணவம் என்ற இரு சமயங்களின் முக்கியக் கடவுளர் குறித்த தோற்றப் புராணங்கள் பலரும் அறிந்ததுதான்.

மற்றொரு பக்கம் அற்பமான தெய்வம் என்ற பொருளில் சிறுதெய்வம் என்றழைக்கப்படும் நாட்டார் (நாட்டுப்புற) தெய்வங்களுக்கும் தோற்றக் கதைகள் உண்டு. இத்தெய்வங்களில் பெரும்பாலானவை மனிதர்களாக வாழ்ந்து கொலையுண்டு பின்னர் தெய்வமாக மாறியவை.

இதன் அடிப்படையில் இவற்றில் பெரும்பாலான தெய்வங்களைக் கொலையில் உதித்த தெய்வங்கள் என்றழைப்பது பொருத்தமானதாய் இருக்கும். இத்தெய்வங்களில் நேரடியான போரில் இறந்துபட்ட தெய்வங்கள் நீங்கலாக ஏனைய தெய்வங்கள் பல்வேறு காரணங்களுக்காகக் கொலையுண்டவை.

சாதி மீறிய காதல், கள்ள மண உறவு, சொத்துரிமை தொடர்பாக ஏற்படும் பகை, ஆதிக்கச் சாதியினர் அல்லது ஆதிக்க மன உணர்வு கொண்டோருடன் ஏற்பட்ட பகை, சமூக விரோதிகளுடனான மோதல், கொடிய விலங்குகளின் தாக்குதலுக்கு ஆளாதல், ஆளுவோருடன் ஏற்படும் பகை எனப் பல்வேறு நிகழ்வுகள் தனி ஒருவரின் கொலைக்குக் காரணமாக அமைந்துவிடுகின்றன. இவ்வாறு கொலையுண்டவர்களை அவரது குடும்பத்தார், சாதியார், ஊரார் என்போர் வழிபடத் தொடங்கிய பின்னர் அவர்கள் தெய்வ நிலைக்கு உயர்ந்து விடுகிறார்கள். நாட்டார் வழக்காற்றியல் அறிஞர் ஆறு. இராமநாதன் 'கொலைச் சாமி' என்று இத்தெய்வங்களைக் குறிப்பிடுவார்.

ஆ. சிவசுப்பிரமணியன்

இவ்வாறின்றி பெற்றோர், உடன்பிறந்தோர் ஆகியோரால் கொலை செய்யப்பட்டு அம்மனாக வணங்கப்படுவதும் உண்டு. இது குறித்த அறிமுகமே இக்கட்டுரை. இந்த அம்மன்களை அறிந்துகொள்ளும் முன்னர் 'பெண் கேட்டல்' என்ற சொல் வெளிப்படுத்தும் உண்மைகளை அறிந்துகொள்வது அவசியம்.

பெண் கேட்டல்:

பெண் கேட்டல் என்ற சொல் இன்றைய பேச்சு வழக்கில் ஓர் இயல்பான சொல்தான். இதன் பொருளும்கூடத் தெளிவானதுதான். இதை விளக்கிக் கூறவேண்டிய தேவையும் இல்லை. ஆனால் கடந்தகாலத் தமிழ்ச் சமூகத்தின் வரலாற்றில் இச்சொல்லானது ஆளுவோரால் குறிப்பாகப் பாளையக்காரர்களாலும் சமீன்தார்களாலும் பயன்படுத்தப்பட்டபோது திருமணத்திற்குக் காத்திருக்கும் பெண்ணுக்கும் அவளது பெற்றோர்களுக்கும் உடன்பிறந்தவர்களுக்கும் பதற்றத்தையும் உள்ளக் குமுறலையும் ஏற்படுத்திய சொல்லாக இருந்துள்ளது.

ஏதோ கலைப் பொருள்களைச் சேகரிப்பதுபோல் அழகான பெண்களைத் தேர்வுசெய்து அவர்களுக்கென்று உருவாக்கிய அந்தப்புரத்தில் அடைத்துவைப்பதை இந்திய மன்னர்களும் சிற்றரசர்களும் வழக்கமாகக் கொண்டிருந்தார்கள். பதின்மூன்றாம் நூற்றாண்டின் இறுதிப் பகுதியில் தமிழ்நாட்டில் சுற்றுப்பயணம் செய்த மார்க்கோபோலோ என்ற இத்தாலி நாட்டுச் சுற்றுப்பயணி சுந்தர பாண்டியனின் இச்செயல் குறித்துப் பதிவு செய்துள்ளார். இதுபோல் விஜயநகர மன்னன் இரண்டாம் தேவராயன் அழகும் அறிவும் நிரம்பப்பெற்ற குடியானவப் பெண்ணொருத்தியைக் கவர்ந்துவர ஒரு படையை அனுப்பியதையும் அது வெற்றி பெறாதுபோனதையும் ஒரு சிறுகதை போன்று சுவையாக இராபர்ட் ஸ்வெல் (1970:55-57) எழுதியுள்ளார்.

அந்தப்புரத்திற்கென்று அழகிய பெண்களைச் சேர்ப்பது பல கட்டங்களாக நிகழும். அழகிய பெண் எந்த வீட்டில் இருக்கிறாள் என்பதைக் கண்டறிந்து அரண்மனையில் சொல்வதற்கென்றே சிலர் இருப்பார்கள். அதன் பின்னர் அப்பெண்ணை எந்த நாளில் எந்த நேரத்தில் அனுப்பிவைக்க வேண்டும் என்று அப்பெண்ணின் பெற்றோருக்குத் தூது என்ற பெயரிலான கட்டளை அனுப்பப்படும். குறித்த நேரத்தில் அரண்மனைப் பல்லக்கு வந்து அழைத்துப் போகும். அதன் பின்னர் அப்பெண்ணின் பெற்றோர்கள் அப்பெண்ணை மறந்துவிட வேண்டியதுதான். அந்தப்புரத்தில் ஏற்கெனவே உள்ள பெண்களுடன் 'பத்தோட பதினொண்ணு, அத்தோட

இது ஒண்ணு' என்ற சொலவடைக்கு ஏற்ப அப்பெண்ணின் வாழ்க்கை அமைந்துவிடும். பாளையக்காரர், சமீன்தார்களுக்கு இப்படி நிரந்தரமாக ஏராளமான பெண்களைத் தங்கவைக்க கட்டுப்படியாகாது. எனவே அவ்வப்போது அழைப்பு அனுப்பி வரச்செய்து ஒருநாள் இரண்டு நாள் தங்கவைத்து அனுப்பி விடுவார்கள். இதில் அப்போதுதான் பூப்படைந்த சிறுமிகளும் அடக்கம். இவர்களில் ஒரு சிலர் அரண்மனையாரின் மிருகவெறி தாளாது இறந்து போய்விடுவதும் நிகழும்.

இக்கொடுமைகளை எதிர்க்க முடியாத சமூகச் சூழலில் தம்பெண்கள் எதிர்கொள்ளும் அவல வாழ்க்கையிலிருந்து அவர்களை விடுவிக்கும் வழிமுறையாக அப்பெண்களைத் தாமே கொலை செய்யும் செயலைப் பெற்றோர்கள் சிலர் மேற்கொண்டுள்ளனர். அல்லது வாய்ப்புக் கிட்டினால் யாரும் அறியாது இடம்பெயர்ந்து சென்றனர். அகால மரணம் அடைந்தோர் அவர்களுக்கென்று விதிக்கப்பட்ட ஆயுட்காலத்திற்கு முன்னரே தற்கொலை செய்தோ கொலை செய்யப்பட்டோ இறந்துபோனால் அவர்களது ஆவி நிறைவடையாது என்ற நம்பிக்கை மக்களிடம் உண்டு. இந்த ஆவிகளை நிறைவடையச் செய்யும் வழிமுறையாக அவர்களைத் தெய்வமாக வணங்கினர்.

பாளையக்காரர், சமீன்தார் ஆட்சியில் உருவான இத்தெய்வங்கள் இன்றும் நாட்டார் தெய்வங்களாக ஆங்காங்கே காட்சியளிக்கின்றன. இத்தெய்வங்களைக் குறித்த தோற்றக் கதைகள் இவர்களது மரணத்திற்கான உண்மைக் காரணத்தை உலகறியச் செய்யும் வாய்மொழி வரலாற்றாவணமாக விளங்கி வருகின்றன.

கொலையுண்டு தெய்வமானவர்கள் நாட்டார் தெய்வங்கள், நாட்டுப்புறத் தெய்வங்கள் என்று பொது அடையாளத்துக்குள் இணைந்துவிடுகின்றனர். இவ்வாறு கொலையுண்டு தெய்வமானவர்கள் அனைவருமே உயரிய விழுமியங்களுக்காக உயிர் துறந்தவர்கள் அல்லர். குற்றச் செயல்களை மேற்கொண்டோரும் இவ்வரிசையில் அடங்குவர். இதை மட்டுமே முன் நிறுத்திக் குற்றக் கடவுளர் (Criminal Gods) என்ற சொல்லாட்சியைத் தமிழ் அறிஞர் மு. அருணாசலம் உருவாக்கியுள்ளார். ஒடுக்கப்பட்ட மக்கள் பிரிவினர் மீதான ஒவ்வாமையின் வெளிப்பாடாகவே இச்சொல்லை அவர் உருவாக்கியுள்ளார். மேட்டிமையோரின் பார்வையில் குற்றச் செயல்கள் என்று குறிப்பிடப்படுவன அனைத்தையும் குற்றச் செயல்கள் என்று ஏற்றுக்கொள்ளும் மனப்பாங்கு இதில் மறைந்துள்ளது.

நாட்டார் தெய்வங்கள் என்பனவற்றை ஒரு பொதுப் பிரிவாக ஏற்றுக்கொள்ளும்போது அதில் ஓர் உட்பிரிவாகக் கொலையில் உதித்த தெய்வங்கள் என்ற வகைமை இருப்பதைக் காண முடிகிறது. கொலையில் உதித்த தெய்வங்கள் என்ற வகைமையை மேலும் நுட்பமாக ஆராய்ந்தால் கொலைக்கான நோக்கங்களைக் கண்டறியலாம். இந்நோக்கங்கள்தான் கொலைச்செயலுக்கான தூண்டுகோலாகும். இவ்வகையில் பெண்கள் சிலர் கொலையுண்டு அம்மன்களாக மாறியமைக்கான காரணங்களில் ஒன்றாகப் பெருமிதம் என்ற மெய்ப்பாடு அமைகிறது. இம்மெய்ப்பாடு அப்பெண்ணின் குடும்பத்தாரிடம் வெளிப்படுவதற்குப் பெண் கேட்டல் வித்திடுகிறது. பெருமிதத்தின் வளர்ச்சி நிலையாக அப்பெண்ணைக் கொலை செய்தல் நிகழ்கிறது. இறுதிக் கட்டமாகக் கொலையுண்ட பெண் தெய்வமாகிறாள்.

இதற்கு எடுத்துக்காட்டாகப் பெருமிதக் கொலை அம்மன்கள் சிலரின் தோற்றக் கதைகளின் சுருக்கத்தைக் காண்போம்.

மங்கள வடிவு

மங்களவடிவு வாழ்ந்த வீடு (சூரன்குடி, நாங்குநேரி வட்டம்)

திருநெல்வேலி மாவட்டம் நாங்குநேரி நகருக்கு மேற்கே ஏர்வாடி வழியாக வள்ளியூர் செல்லும் சாலை உள்ளது. இச்சாலையில் நாங்குநேரிக்கும் ஏர்வாடிக்கும் இடையிலிருந்து பிரிந்து செல்லும் கிளைச் சாலையில் சூரன்குடி என்ற கிராமம் உள்ளது. இக்கிராமத்தில் தனிப்பட்ட ஒரு குடும்பத்தார் மங்களவடிவு என்ற

பெண் தெய்வத்தைக் குல தெய்வமாக வணங்கிவருகின்றனர். இத்தெய்வத்தின் தோற்றக் கதை வருமாறு:

வளமான நிலக்கிழார் ஒருவரது வீட்டில் பிறந்தவர் மங்களவடிவு. இப்பெண்ணின் அழகில் மயங்கிய ஆங்கில அதிகாரி ஒருவன் அப்பெண்ணைத் தன் வீட்டிற்கு அனுப்பி வைக்கும்படிக் கட்டளையிட்டுச் சென்றுவிட்டான் (சமீன்தார் ஒருவர் கட்டளையிட்டதாகவும் கூறுவர்). இக்கட்டளையை மீறுவது எளிதானதன்று என்பதை அப்பெண்ணின் தந்தை அறிவார். அதே நேரத்தில் இதற்கு உடன்படவும் விரும்பவில்லை. இச்சிக்கலைத் தீர்க்கும் வழிமுறையாக அப்பெண்ணை நிலவறையில் அடைத்துக் கொன்றுவிட முடிவு செய்துவிட்டார்.

அக்காலத்தில் வளமான நிலவுடைமையாளர் குடும்பங்களில் நிலவறை என்ற பெயரில் ஓர் அறை இருக்கும். இது வீட்டின் அறை ஒன்றின் கீழ் கட்டப்பட்ட அறையாகும். நான்கு பக்கமும் சன்னலோ வாயிலோ இன்றி இது அமைக்கப்பட்டிருக்கும். இதற்கு மேலே உள்ள அறையின் தரைப்பகுதியின் மூலையில் சிறு கதவு ஒன்று மேல் அறைத் தரையுடன் பொருந்தும் முறையில் அமைக்கப்பட்டிருக்கும். அதைத் திறந்து கீழே இறங்க சிறு ஏணி

மங்களவடிவைப் பூட்டிய அறை

ஒன்று நிலவறை அறையின் சுவரில் சாத்தி வைக்கப்பட்டிருக்கும். அதை அந்த அறையை விட்டு மேலே தூக்கி விடவும் முடியும்.

ஆ. சிவசுப்பிரமணியன்

இதற்குள் தேங்காய் நெற்றுக்கள், நெல் போன்றவற்றைச் சேமித்து வைப்பார்கள்.

இந்த அறைக்குள் மங்களவடிவை முதலில் இறங்கச் செய்து, அவள் இறங்கிய உடன் ஏணியை மேல் அறைக்கு அகற்றி விட்டதுடன் நிலவறைக் கதவைப் பூட்டிவிட்டார். அடுத்து நிலவறைக்கு மேலே இருந்த அறையில் இருந்து விரைந்து வெளியேறி, அந்த அறையின் கதவையும் அடைத்துவிட்டு ஏனைய குடும்ப உறுப்பினர்களையும் அழைத்துக்கொண்டு வீட்டின் முன் கதவையும் பூட்டிவிட்டு ஊரை விட்டு வெளியேறி விட்டார். குரல் வெளியே கேட்க முடியாதவாறும் காற்றுப் புக முடியாதவாறும் கட்டப்பட்ட அறைக்குள் அடைக்கப்பட்ட அப்பெண்ணிற்கு என்ன நேர்ந்திருக்கும் என்பதைக் கூறத் தேவையில்லை ('திருமதி திருவெண்காட்டு நங்கை', சூரன்குடி: 2009).

தாயம்மாள் – தங்கம்மாள்

கன்னியாகுமரி மாவட்டத்தில் இரணியல் என்ற ஊரை அடையாளமாகக் கொண்டு ஏழு ஊர்களில் ஒரு சமூகத்தினர் வாழ்கின்றனர். காவிரிப்பூம்பட்டினத்திலிருந்து இடம்பெயர்ந்து வந்தவர்கள் என்று இவர்களது சாதிப் புராணம் கூறுகின்றது. இவ்வாறு இடம்பெயர்ந்து வந்தமை குறித்து அவர்களிடம் வாய்மொழிக் கதை ஒன்று வழக்கில் உள்ளது. அதன்படி இவர்களது சமூகத்தைச் சேர்ந்த ஒரு வணிகருக்கு அழகிலும் அறிவிலும் சிறந்த தாயம்மாள், தங்கம்மாள் என்ற இரு பெண்கள் இருந்தனர். அப்பெண்களைத் தனக்கு மணம் முடித்துக் கொடுக்கும்படி அப்பெண்களின் தந்தைக்குச் சோழ மன்னன் கட்டளையிட்டான். அதற்கு உடன்பட விரும்பாத அவர் நிலவறைக்குள்ளிருந்து சில பாத்திரங்களை எடுத்து வரும்படி இரு மகள்களையும் நிலவறைக்குள் அனுப்பினார். பின் அவரும் நிலவறைக்குள் நுழைந்தார். அதற்கு முன் அவர் இட்டிருந்த கட்டளைப்படி அவர் நிலவறைக்குள் நுழைந்ததும் பணியாளர்கள் மண்ணைப் போட்டு நிலவறையை மூடிவிட்டனர். பின்னர் அவரது சமூகத்தினர் அங்கிருந்து புறப்பட்டு இரணியல் உள்ளிட்ட ஏழு ஊர்களில் குடியேறினர்.

பூவாடைக்காரி

தஞ்சை நாயக்க மன்னர் ஆட்சியில் தரங்கம்பாடி (நாகை மாவட்டம்) பகுதியில் ஆட்சி புரிந்த பாளையக்காரர்கள் மேற்கொண்ட பாலியல் வன்முறைச் செயல்கள் குறித்து ராமசாமி

மெய்கண்டான் என்பவர் 1995ஆவது ஆண்டில் எழுதிய தமிழ்க் கட்டுரையில் குறிப்பிட்டுள்ளார். இக்கட்டுரையில் இடம்பெற்ற செய்திகளைப் பேராசிரியர் மரியலாசர் (2010:72-73) தமது ஆங்கில நூலில் மேற்கோளாகக் காட்டிப் பதிவிட்டுள்ளார். அதன் சுருக்கம் வருமாறு:

இப்பகுதியில் பெண் குழந்தைகள் பூப்படைந்தவுடன் தம் வீரர்களை அனுப்பி வலுக்கட்டாயமாகத் தூக்கி வரும்படி பாளையக்காரர்கள் கட்டளை இடுவர். அவ்வாறு கவர்ந்து வரப்பட்ட சிறுமிகள் அவராலும் அவரைச் சார்ந்தவர்களாலும் பாலியல் வன்முறைக்கு ஆளாவர். பின்னர் அச்சிறுமிகளைக் கொன்றுவிடுவர் அல்லது டச் நாட்டு வணிகர்களுக்கு அடிமையாக விற்றுவிடுவர்.

இத்தகைய கொடுமையிலிருந்து தம் பெண் குழந்தைகளை விடுவித்துக்கொள்ள இயலாத நிலையில் தம் வீட்டில் சிறுமியொருத்தி பூப்பெய்தியவுடன் தம் வீட்டிற்குள் குழி ஒன்றைத் தோண்டுவர். அக்குழிக்குள் எண்ணெய் விளக்கொன்றை வைத்து அதை ஏற்றி வைக்கும்படி அச்சிறுமியிடம் கூறுவர். அச்சிறுமி குழிக்குள் இறங்கி அவ்விளக்கை ஏற்றும்போது மண்ணைத் தள்ளி உயிருடன் புதைத்துவிடுவர்.

பின்னர் சேலையொன்றில் பூக்களைக் கொட்டிப் பொட்டலமாகக் கட்டுவர். அச்சிறுமியைப் புதைத்த இடத்திற்கு மேல் அப்பொட்டலத்தைக் கயிற்றில் கட்டித் தொங்கவிடுவர்.

இதனையடுத்து எண்ணெய் விளக்குகளை ஏற்றிக் கற்பூரம் கொளுத்துவர். தாம்பாளம் ஒன்றில் பழங்கள், மலர்கள், தேங்காய், சந்தனம் ஆகியவற்றை வைப்பர். அச்சிறுமியை உயிருடன் புதைத்த இடத்தில் அத்தாம்பாளத்தை வைத்துத் தெய்வமாக அச்சிறுமியை வழிபடுவர்.

இதன்பின் நாள்தோறும் மாலை நேரத்தில் அந்த இடத்தில் விளக்கேற்றுவர். அச்சிறுமி இறந்த நாளை ஆரவாரத்துடன் பக்தி உணர்வு மேலோங்க வழிபடுவர். அச்சிறுமியைக் குறித்துப் பாளையக்காரர்களின் படை வீரர்கள் விசாரித்தால் அம்மை நோயால் அச்சிறுமி இறந்துபோனதாகக் கூறிவிடுவர்.

இவ்வாறு தெய்வமாக்கப்பட்ட பெண்களைப் பூவாடைக்காரி என்று பெயரிட்டு வணங்கிவந்தனர். 1620இல் தரங்கம்பாடிப் பகுதியில் டேனிசியர்கள் ஆளத் தொடங்கிய பின்னர் பூவாடைக்காரி உருவாவது நின்றுபோனது (சிவசுப்பிரமணியன். ஆ 2015:13-14).

பெருமிதக் கொலை

இதுபோன்ற எடுத்துக்காட்டுகளாக மேலும் பல கதைகளைக் குறிப்பிட இயலும். இக்கதைகளின் அடிப்படைக் கூறாக அமைவது சிறுமிகளின் அல்லது இளம் பெண்களின் பெற்றோர் (குறிப்பாகத் தந்தை) கொலையாளியாக மாறுவதுதான். சாதி மீறிக் காதலித்து உடன்போக்காகச் சென்ற பெண்களைக் கொலை செய்பவர்களாக அப்பெண்களின் சகோதரர்கள் கொலையில் உதித்த தெய்வங்களின் கதைகளில் இடம் பெறுகின்றனர். இது நம் காலத்தில் கௌரவக்கொலை என்ற சொல்லால் முதலில் அழைக்கப் பட்டது. உச்ச நீதிமன்றத்தின், ஆவணங்களில் இடம்பெறும் கலைச்சொல் என்ற தகுதியையும் இச்சொல் பெற்றது. பின்னர் இதுவே ஆணவக் கொலை என்றும் மாற்றம் பெற்றது.

பெருமிதம் என்று தொல்காப்பியர் குறிப்பிடும் சொல்லிற்குத் தருக்கு (செருக்கு) என்ற பொருளும் உண்டு. பெருமிதம் தோன்றக் காரணமாக அமைவனவாக அவர் குறிப்பிடும் காரணங்கள் காலப்போக்கில் விரிவடைந்துள்ளன.

தொல்காப்பியத்தில் இடம்பெறும் காஞ்சித் திணையின் துறைகளில் ஒன்று மகட்பாற்காஞ்சி. 'நிகர்த்து மேல்வந்த வேந்தனோடு முதுகுடி, மகப்படு அஞ்சிய மகட்பாலனும்' என்று இத்துறை குறித்துத் தொல்காப்பியம் குறிப்பிட்டுள்ளது. மன்னன் ஒருவன் பழைய குடியைச் சேர்ந்த ஒருவனின் மகளை மணம் செய்துகொள்ள விரும்புகிறான். இதன் பொருட்டுத் தன் படையுடன் வந்து பெண் கேட்கிறான். ஆனால் பெண் தர மறுத்து வேந்தன் என்றும் பாராது அவனுடன் போர் புரியவும் பெண்ணின் தரப்பு (முதுகுடி) ஆயத்தமாவதை இத்துறை குறிப்பிடுகிறது. புறநானூற்றில் இத்துறையில் அமைந்த செய்யுள்கள் சில உள்ளன (செய்யுள் எண்கள்: 336–354, 356).

வேந்தன் பெண் கேட்பதை முதுகுடியினர் போன்று எதிர்க்கும் ஆற்றலற்றோரையே எடுத்துக்காட்டாகக் காட்டிய கதைகளில் காண்கிறோம். நில உரிமையாளர், வணிகர், சராசரிக் குடிமக்கள் என்போர் ஆளுவோரை எதிர்க்கும் வலுக்குன்றியோராக இருக்கும் நிலையில் அவனுக்குப் பெண் தர வெளிப்படையாக மறுக்க இயலாது. அவனது விருப்பத்தை நிறைவேற்றாது தப்பிக்க இடப்பெயர்ச்சி மேற்கொள்ளுதலும் எளிதல்ல. பல இடையூறுகளை எதிர்கொள்ளவேண்டிய சிக்கலான செயல் இது. இதில் வெற்றி பெறலாம் என்பதில் உறுதியில்லை. பெண்ணின் எதிர்காலத்தைப் பொருட்படுத்தாது

ஆளுவோனின் விருப்பத்தை நிறைவேற்றிவைத்தால் ஏனைய குடும்ப உறுப்பினர்களின் நலன் பாதுகாக்கப்படும். ஆனால் குடியின் நலன் (மரியாதை) கெடும்.

குடி

குடி என்ற சொல்லுக்குரிய பொருள்களில் குடும்பம், குலம் என்ற பொருள்களும் அடங்கும். பெருமை, சிறப்பு என்ற பொருள்களைத் தரும் மானம் என்ற சொல்லுடன் குடி என்ற சொல்லை முன்னொட்டாக இணைத்து, குடிமானம், குடிப்பெருமை, குடிச்சிறப்பு என்று கூறுவது மரபு ஆகும். மானம், உயிர் என்ற இரண்டில் மானமே உயர்வானதென்று பண்டைத் தமிழர்கள் கருதிவந்துள்ளார்கள். 'மயிர்நீப்பின் வாழாக் கவரிமா' என்று தொடங்கும் குறளும் அது எடுத்துரைக்கும் பொருளும் நாம் நன்கறிந்தவை (வயிற்றுப் பசி ஏற்படுத்தும் தீய விளைவுகள் குறித்துக் கூறும்போது 'குடிப் பிறப்பழிக்கும்' என்று மணிமேகலை குறிப்பிடும்).

குடியும் மானமும் இணைத்துப் பார்க்கப்படும் ஒரு சமூகத்தில் மண உறவு என்பதும் மானத்துடன் இணைத்துப் பார்க்கப்படுவதில் வியப்பில்லை. நாட்டார் சமய நெறியில் வழிபாட்டிற்குரிய அம்மனாக இன்று காட்சியளிக்கும் பெண்கள் தெய்வநிலை எய்தும் முன்னர் ஒரு தந்தையின் மகளாக வாழ்ந்தவர்கள்தாம். மகளின் உயிரா, குடியின் மானமா என்ற முடிவை எடுப்பதில் பெண்ணின் உயிரைவிடக் குல / குடி மானமே பெரிது என்ற முடிவுக்கு ஒரு தந்தை வருவதற்கு இக்கருத்துநிலையே காரணம். இதன் அடிப்படையில் இக்கொலையின் நோக்கம் பெருமித உணர்வே என்பதில் ஐயமில்லை. இதன் அடிப்படையில் 'கொலையில் உதித்த தெய்வங்கள்' என்று பொதுப்படையாக வகைப்படுத்தும் தெய்வங்களைப் பெருமிதக் கொலை அம்மன்கள் என்று தனி வகைமையாக வகைப்படுத்தவும் இடமுள்ளது. இவ்வகைமையில் இடம்பெறும் கதைகள் மகளிர் வழக்காறுகள் என்ற வகைமைக்குள்ளும் அடங்கும் தன்மையன. அத்துடன் உண்மையான சமூக வரலாற்றிற்கான அடிப்படைத் தரவுகளாக அமையும் தகுதியும் இவற்றிற்கு உண்டு.

தெய்வங்கள் தோன்றிய கதைகள்

1
சாதி மீறிய காதல்

1.1. அழகப்பன், சின்னத்தம்பி

தூத்துக்குடி மாவட்டம், சாத்தான்குளம் வட்டத்தில் உள்ள காருகுறிச்சி என்ற ஊரில், சுப்பிரமணியத் தேவர் என்பவரும் அவர் மனைவி கருமறத்தி என்பவரும் வாழ்ந்துவந்தனர். திருமணம் ஆகி முப்பத்தியிரண்டு ஆண்டுகள் ஆகியும் இவர்களுக்குக் குழந்தைப் பேறில்லை. குலதெய்வத்தை வணங்கிக் கொடை கொடுத்த பின்னர் இரட்டைக் குழந்தை களாக இரு ஆண் குழந்தைகள் பிறந்தன. இக்குழந்தைகளுக்கு அழகப்பன், சின்னத்தம்பி என்று பெயரிட்டு வளர்த்தனர். இவர்கள் பதினாறு வயது அடைந்தபோது தாயும் தந்தையும் இறந்தனர். உறவினர்கள், சொத்துக்களைக் கவர்ந்துகொண்டு இருவரையும் விரட்டிவிட்டனர். எனவே வேறு வழியின்றிப் பிச்சையெடுத்து இவர்கள் வாழத் தொடங்கினர்.

இதே பகுதியில் புதுமாநல்லூர் என்ற ஊர் உண்டு. இங்கு கரையாளப் பிள்ளைமார், நாடார், தேவர், கோனார் ஆகிய சாதியினர் வாழ்ந்துவந்தனர். ஒரு நாள் இவ்வூரைச் சேர்ந்த பொதிமாட்டுக்காரர்கள் காருகுறிச்சிக்கு வந்தனர். அவர்களிடம் அழகப்பனும் சின்னத்தம்பியும் பிச்சை கேட்டனர். இவர்கள்

மீது இரக்கம் கொண்ட பொதிமாட்டுக்காரர்கள் இவர்கள் இருவரையும் புதுமாநல்லூருக்கு அழைத்துவந்து ஊரவரின் மாடுகளை மேய்க்கும் வேலையைக் கொடுத்தனர். அவ்வூரிலுள்ள சிவகாமி அம்மாள் என்பவருக்கும் குழந்தைப்பேறில்லை. எனவே, இருவரையும் அவரிடம் ஒப்படைத்தனர். மாடு மேய்ப்பதால் வரும் ஊதியத்தை சிவகாமி அம்மாளிடம் கொடுத்துவிட்டு, அவர் வீட்டில் சாப்பிட்டு இருவரும் வளர்ந்துவந்தனர்.

பெருமாநல்லூரில் இருளப்பக்கரையாளன் என்பவருக்கு வீரமாகாளி என்ற பெண் குழந்தை பிறந்திருந்தது. அக்குழந்தைக்கு ஐந்து வயதாகும்போது பெற்றோர்கள் இறந்துவிட்டனர். இக்குழந்தையைக் காணியாடிச்சி என்ற பாட்டி வளர்த்து வந்தாள். அழகப்பனும் சின்னத்தம்பியும் பெருமாநல்லூர் வந்தபோது அப்பெண் பருவமடைந்தாள். வீரமாகாளி ஒருநாள் தண்ணீர் எடுக்க வரும்போது அழகப்பன் அவளைச் சந்தித்தான். இருவருக்கும் காதல் பிறந்தது. காணியாடிச்சிப் பாட்டி வீட்டிற்குச் சென்று அழகப்பன் அவளைச் சந்திக்கத் தொடங்கினான். காணியாடிச்சிக்கு இது தெரிந்தாலும் இருவரின் சந்திப்பை அவள் தடுக்கவில்லை. மாறாக இருவரது சந்திப்பும் வெளியே தெரியாமல் இருக்க இருவரும் வீட்டினுள் இருக்கும்போது வெளியே கதவைச் சாத்திப் பூட்டிவிடுவாள்.

இச்சந்திப்புகளின் விளைவாக வீரமாகாளி கருவுற்றாள். அவள் கருவுற்றமையும் அதற்கு அழகப்பனே காரணம் என்ற உண்மையும் ஊராருக்குத் தெரியவந்தன. இச்செயலுக்குத் தண்டனையாக அழகப்பனை ஒழித்துக்கட்ட முடிவுசெய்து விட்டனர். ஆனால் இது அழகப்பனுக்குத் தெரியாது.

ஆமணக்கு முத்துகளைச் (விதைகளை) சேகரித்து வைத்திருந்த பட்டறையில் ஏறி ஆமணக்கு முத்துக்களை அள்ளும்படி ஒரு நாள் அழகப்பனிடம் கூற, அவனும் அவ்வேலையைச் செய்யத் தொடங்கினான். அப்போது அவன் எதிர்பாராத வகையில் அவன் காலைப் பிடித்துத் தலைகீழாகத் தூக்கிவிட்டனர். தலையானது கழுத்துவரை ஆமணக்கு முத்துக்களில் புதைய, தண்ணீர் தண்ணீர் என்று கதறியவாறு மூன்று நாள் கழித்து அழகப்பன் இறந்துபோனான். அவனது உடலை ஊருக்கு வெளியில் உள்ள அடர்ந்த ஆலமரத்தில் யாரும் அறியாதவாறு கொண்டுவந்து, தூக்குப்போட்டுக்கொண்டதுபோல், கழுத்தில் கயிறைக் கட்டி உயரமான கிளையில் தொங்கவிட்டனர். அடர்ந்த இலைகளின் மறைவில் அழகப்பனின் பிணம் ஊசலாடிக் கொண்டிருந்தமையால் சட்டென்று யார் கண்ணிலும் அது படவில்லை.

ஆ. சிவசுப்பிரமணியன்

அழகப்பனைக் காணாத சின்னத்தம்பி அவனைத் தேடி அலுத்துப்போய் அந்த ஆலமரத்தின் அடியில் அமர்ந்தான். அழகப்பனின் பிணம் சிதையத் தொடங்கியதால் சிறிது ஊண் சின்னத்தம்பியின் மீது விழுந்தது. ஆலமரத்தை அண்ணாந்து பார்த்த சின்னத்தம்பியின் கண்களில் தொங்கும் பிணம் பட்டது. அது அண்ணனின் பிணம் என்பதையறிந்து, துக்கம் தாளாமல், தானும் அதே மரத்தில் தூக்கிட்டுக்கொண்டு இறந்தான். உண்மையறிந்த வீரமாகாளி தலையைக் கல்லில் மோதித் தற்கொலை செய்துகொண்டு இறந்துபோனாள்.

மூன்று பேரின் ஆவிகளும் சிவனிடம் போய் வரம் பெற்று வந்தன. வரத்தின் ஆற்றலால் அழகப்பனைக் கொல்லக் காரணமாயிருந்த ஊர்த் தலைவர்களின் வாலிபப் பிள்ளை களை வரத்தின் துணையால் கொன்று பழிதீர்த்தன. அதற்கான காரணத்தை அறியும் வழிமுறையில் கோடாங்கியிடம் குறி கேட்டனர். வாழ வேண்டிய வயதில் அநியாயமாகக் கொலையுண்டும் தற்கொலை செய்துகொண்டும் இறந்துபோன மூவரின் ஆவிதான் இதற்குக் காரணம் என்பதைக் கோடாங்கி கண்டறிந்தார். மூவரின் ஆவிகளையும் அமைதிப்படுத்தும் வழிமுறையாக மூவருக்கும் கோவில் கட்டிக் கொடை கொடுக்கும்படி அவர் கூறவே, உதிரமாடன் குடியிருப்பு என்ற இடத்தில் மூவருக்கும் கோவில் கட்டிக் கொடை கொடுத்தனர். ஆவிகளும் அமைதியடைந்தன.

கோவில் கொடை நிகழ்வின்போது சாமியாரும் சாமியாடுகையில் தண்ணீர் தண்ணீர் என்று கேட்டவாறே கீழே விழுந்துவிடுவார். பின்னர் தண்ணீர் கொடுத்து அவரை எழுப்புவர். இது அழகப்பன் தண்ணீர், தண்ணீர் என்று கதறியதை நினைவூட்டும் நிகழ்த்திக் காட்டுதலாகும்.

1.2 உடையாண்டியம்மா, சங்கரக்குட்டி தேவர்

கோவில்பட்டியிலிருந்து ஏழாயிரம்பண்ணை செல்லும் வழியில் அமைந்துள்ள ஊர் வெம்பக்கோட்டை என்னும் கிராமம். இங்கு தேவர் சாதியினரால் வழிபடப்படும் உடையாண்டியம்மா, சங்கரக்குட்டித்தேவர் கோவில், ஊரின் கிழக்குப் பகுதியில் வைப்பாற்றங்கரையில் அமைந்துள்ளது.

வெம்பக்கோட்டையில் வாழ்ந்த வளமிக்க குடும்பப் பெண்ணான உடையாண்டியம்மாவை சங்கரக்குட்டி என்ற வளம் குறைந்த தேவர் குடும்பத்து இளைஞன் விரும்பினான். இவன் கிழக்கேயிருந்து மாட்டு வண்டியில் வெற்றிலைப் பொதி கொண்டுவந்து வெம்பக்கோட்டையில் வியாபாரம் செய்துவந்தான்.

இவ்விருவருக்குமிடையே ஏற்பட்ட நெருக்கமான பழக்கத்தின் விளைவாக உடையாண்டியம்மா கர்ப்பமடைந்தாள். அதனையறிந்து ஆத்திரமுற்ற அவளது ஐந்து சகோதரர்களும் அவளைக் கொலை செய்யத் திட்டமிட்டனர். முதலில் ஒப்புக்கொண்டாலும் ஐவரில் ஊனமுற்ற மூத்த அண்ணன் அத்திட்டத்தைக் கைவிட்டுவிடும்படி வேண்டினான். ஆனால் மற்றவர்கள் ஏற்றுக்கொள்ளவில்லை.

ஊனமுற்ற சகோதரனுக்குத் தெரியாமல் உடையாண்டி யம்மாளை வைப்பாறு ஆற்றுக்கு வடக்குப்புறம் அழைத்துவந்து தலை மட்டும் வெளியே தெரியும்படி வைத்துச் சமாதி கட்டினர்.

மறுநாள் ஆடு மேய்க்க வந்த ஊனமுற்ற சகோதரன், தங்கையின் குரலைக் கேட்டு அந்தத் திசைநோக்கிச் சென்று பார்த்தபோது அவள் உயிருடன் சமாதி ஆக்கப்பட்டிருந்தாள். அவள் தனது சகோதரனிடம் குடிக்கத் தண்ணீர் கேட்டாள். உடனே தலையில் கட்டியிருந்த துண்டை அவிழ்த்து ஆற்றில் நனைத்துத் தங்கைக்கு தண்ணீர் கொடுத்தான். அவள் மரணமடையும் முன்பு 'நீ கிழக்கு நோக்கிச் சென்று பிழைத்துக்கொள், மேற்கே செல்லாதே' என்று கூறி மரணமடைந்தாள்.

உடையாண்டியம்மாள் மரணத்தைக் கேள்வியுற்ற சங்கரக்குட்டித் தேவர் தற்கொலை செய்துகொண்டான். காலப்போக்கில் கிழக்கே பிழைக்கச்சென்ற சகோதரனின் உறவினர்கள் உடையாண்டியம்மாளை வழிபடத் தொடங்கினர். இன்று பத்திரகாளிபுரம், சங்கம்பட்டி, தூத்துக்குடி ஆத்தூர், புளியங்குளம் பகுதியிலுள்ள தேவர் சாதியினர் வழிபடுகின்றனர். மாசி சிவராத்திரியில் சிறப்பாக வழிபடுகின்றனர். வழிபாட்டின் போது பேறுகாலத்தில் உள்ள பெண்ணுக்குத் தரும் நாட்டு மருந்துப் பொருட்களைப் படையலாகப் படைக்கின்றனர்.

கருவுற்ற நிலையில் உடையாண்டியம்மா கொல்லப்பட்டதன் அடிப்படையில் இப்படையல் இடம்பெறுகிறது.

❀

1.3 அழகம்மை, அழகப்பன்

தூத்துக்குடி மாவட்டம் கழுகுமலைக்குத் தெற்கே 13 கி.மீ. தொலைவிலுள்ள கிராமம் செட்டிகுறிச்சி. இங்குள்ள மள்ளர் சமூகத்தினர் அழகம்மை, அழகப்பன் என்ற தெய்வங்களை வழிபடுகின்றனர். இத்தெய்வங்களின் வரலாறு வருமாறு:

அழகப்பன் தேவர் இனத்தைச் சார்ந்தவர்; அழகம்மை மள்ளர் இனம். இருவரும் சாதிமீறித் திருமணம் செய்துகொண்டனர். அழகப்பனும் அவரது உறவினர்கள் எட்டுப் பேரும் கழுகுமலைக்கு அருகிலுள்ள புளியங்குடி என்னும் ஊரிலிருந்து களவு செய்வதற்காகத் தென்கிழக்கு நோக்கி வந்தார்கள். களவு நடந்த இடத்தில் நிகழ்ந்த எதிர்த் தாக்குதலில் ஒவ்வொருவராக இறந்தனர். அப்போது அழகப்பனுக்கும் காயம் ஏற்பட்டது. காயத்தோடு செட்டிகுறிச்சி வந்து இங்குள்ள தூண்பாறைக்கு அருகில் வசித்துவந்தான். அப்போது ஊர்க்காரர்கள் அவரை ஊருக்கு வெளியிலுள்ள ஒரு தோப்பில் குடியிருக்குமாறு கூறினர். இத்தோப்பு ரத்ன முத்து நாடார் என்பவருக்குச் சொந்தமானதாகும். இந்நிலையில் ஆழமான காயத்தின் காரணமாக அழகப்பன் தன்னிடம் உள்ள ஐந்து பணத்தை ரத்ன முத்து நாடாரிடம் கொடுத்துத், தம் உறவினர்களுக்குத் தகவல் தெரிவிக்கச் சொன்னான். சில தினங்களில் அழகப்பன் இறந்துவிட்டான். இந்நிலையில் அழகப்பனின் இறுதிச் சடங்கிற்கு வந்த உறவினர்கள் அழகம்மையைப் புறக்கணித்தனர். அழகம்மையின் உறவினர்களும் அவளைக் கண்டுகொள்ளவில்லை.

இதனால் அழகம்மை, அழகப்பனோடு உடன்கட்டையேற முடிவு செய்தாள். அழகப்பனை எரித்த சிதையில் பாய்ந்து உயிர் துறந்தாள்.

இருவரது மறைவையடுத்து மறவர்கள் இருவரையும் மறந்தனர். ஆனால் புளியங்குடி கூசாலப்பட்டியைச் சேர்ந்த மள்ளர்கள் ஆண்டுதோறும் இங்கு வந்து வணங்குகின்றனர். கயத்தாறு செல்லும் வழியில் கிழக்கு நோக்கி இக்கோயில் அமைந்துள்ளது.

1.4 சாத்தான் சாம்பான்

தூத்துக்குடி மாவட்டத்திற்குத் தெற்கிலுள்ள நடுத்தர நகரம் சாத்தான்குளம். இவ்வூரின் பெயரில் அமைந்த வட்டத்தின்

தலைநகராகவும் இவ்வூர் விளங்குகிறது. இவ்வூரின் மையச் சாலைக்கு மேற்கில் குத்துக்கல் தெரு என்ற பெயரிலான தெரு உள்ளது.

தென் வடலாக அமைந்துள்ள இத்தெருவிலிருந்து கிழக்கிலும் மேற்கிலும் பிரியும் இரு சந்துகள் சிறு நாற்சந்தியொன்றை இத்தெருவிற்கு வழங்கியுள்ளன. இச்சந்தியில் தெருவின் மேற்கில் புதைக்கப்பட்ட கல் ஒன்று பார்வையில் படும்படி உள்ளது. இக் கல்தான் 'குத்துக்கல் தெரு' என்ற பெயரை இத்தெருவிற்கு வழங்கியுள்ளது. எல்லைக் கல் போன்று காட்சி தரும் இக்கல் கொடூரமான கொலையொன்றின் தடயமாகக் காலத்தைக் கடந்து நிற்கிறது. இதை அறிய ஒரு நூற்றாண்டுக்குப் பின்னால் பயணிக்க வேண்டும்.

சாத்தான் குளத்தையும் அதைச் சுற்றியுள்ள பன்னம்பாறை, நடுவக்குறிச்சி, தட்டார் மடம், நெருங்குளம் ஆகிய கிராமங்களையும் சாத்தன் சாம்பான் என்பவன் குறுநில மன்னனைப் போல் ஆண்டுவந்தான். ஏராளமான நிலபுலங்கள் இவனுக்கு உரிமையாக இருந்தன. சாத்தாங்குளம் என்ற ஊர்ப்பெயருக்குக் காரணமான குளம் சாத்தன் சாம்பான் பெயரால் அமைந்தது என்ற கருத்தும் உள்ளது. இளைஞனான இவனுக்குத் திருமணமாகவில்லை. குதிரைமீது பயணம் செய்து தன் பொறுப்பிலுள்ள கிராமங்களைப் பார்வையிடச் செல்வது இவனது வழக்கம்.

சாத்தான் குளத்தில் வளமான நிலையில் எட்டு வெள்ளாளர் குடும்பங்கள் வாழ்ந்துவந்தன. இதில் ஒரு குடும்பத்தைச் சேர்ந்தவர் சாத்தன் சாம்பனிடம் கணக்கராக வேலை பார்த்துவந்தார். இவரின் அழகான மகள்மீது சாத்தன் சாம்பானுக்கு ஆசை வந்துவிட்டது. ஒருநாள் தன் கணக்கரை அழைத்து, 'இன்று இரவு உம் வீட்டுக்கு வருகிறேன் உம் மகளைக் குளித்துவிட்டு நல்ல சேலையுடுத்தி இருக்கச் செய்யும்' என்று கூறிவிட்டான்.

சாத்தன் சாம்பானின் ஆணையை ஏற்கவும் முடியாமல் மறுக்கவும் முடியாமல் வீட்டிற்கு வந்த கணக்கர் தம் உறவுக்காரர்களிடம் இது குறித்துக் கூறினார். அவர்கள் அனைவரும் ஒன்று கூடிக் கலந்தாலோசித்தனர். இறுதியில் ஒரு முடிவெடுத்தனர்.

கணக்கரின் வீட்டிற்கு, சாம்பான் வரும் பாதையில் உள்ள நாற்சந்தி போன்ற பகுதியில் ஆழமாகக் குழிதோண்டி மூங்கிலை நார்போல் கிழித்துச் செய்யப்பட்ட பிரம்பம்பாய் ஒன்றால் அதை மூடி, அதன் மேல் சிறிதளவு மண்ணைப் போட்டு இயல்பான தோற்றம் இருக்கும்படி பார்த்துக்கொண்டனர். குழிக்குச் சற்றுத்

தள்ளி வலுவான பாறாங்கற்கள் சிலவற்றையும் போட்டுவிட்டு வழக்கம்போல் தம் வீட்டுத் திண்ணையில் அமர்ந்துகொண்டனர்.

இரவு சாத்தன் சாம்பான் குதிரையில் வரும்போது குதிரையின் எடை தாங்காமல் பிரம்பம்பாய் குதிரையுடனும் சாத்தனுடனும் குழிக்குள் சாய்ந்தது. அவன் தடுமாறி விழுவதற்குள் வேளாளர் தாம் சேகரித்துவைத்திருந்த பாறாங்கற்களை அவன் மீது வீசி குற்றுயிருடன் இருந்த அவன் மீதும் குதிரையின் மீதும் மண்ணைப் போட்டுப் பரப்பிக் குழியைப் பழைய நிலைக்குக் கொண்டுவந்து விட்டனர்.

எதுவும் நடக்காததுபோல் மறுநாள் இயல்பாகத் தத்தம் வேலையைப் பார்க்கத் தொடங்கினர். பின்னர் அவர்கள் கனவில் தோன்றிய சாத்தன் சாம்பான் தனக்குக் கல் நடும்படி வேண்டினான். அவர்களும் அதன்படி கல் நாட்டினர். அது தான் 'குத்துக்கல்' என்ற பெயரில் இன்று காணப்படும் கல். கொலையைச் செய்த வேளாளர்கள் சாத்தனின் ஆவி குறித்த பயத்தால் அவனைப் புதைத்த இடத்தில் நாட்டிய கல்லுக்குப் பால் ஊற்றி அவ்வப்போது வழிபட்டனர். பின் இது நின்று விட்டது.

பின்னர் சாத்தனின் உறவினர்கள் அவர்களது குலதெய்வ மான அமராவதி அம்மனுக்கு நடத்தும் கொடை விழாவின்போது இக்குத்துக் கல்லுக்குப் படையலிட்டு வழிபட்டுச் செல்லத் தொடங்கினர்.

சாத்தன் சாம்பான் குறித்த இக்கதை வடிவைக் கூறியவர்கள் வேளாளர் சமூகத்தைச் சேர்ந்தவர்கள். நாட்டார் வழக்காறுகள் குறித்த கள ஆய்வில், குறிப்பாக நாட்டார் தெய்வங்கள் குறித்த கள ஆய்வில் அத்தெய்வம் குறித்த கதையுடனும் வழிபாட்டு நிகழ்வுகளுடனும் தொடர்புடைய சாதியினர் அனைவரிடமும் தரவுகள் சேகரிக்க வேண்டும். அப்போதுதான் முழுமையான உண்மை வெளிப்படும். எனவே சாத்தன் சாம்பானைக் கொன்ற வேளாளர் தரப்பில் கேட்ட இக்கதை வடிவத்துடன் நின்று விடாமல் அவனது சாதியினரிடம் வழங்கும் கதை வடிவைச் சேகரித்தபோது பல புதிய உண்மைகள் வெளிப்பட்டன.

சாம்பான் பிறந்த ஆதிதிராவிடர் சமூகத்தினர் கூறிய கதை வடிவைக் காண்போம்.

சாத்தான் குளத்திற்கும் அதைச் சுற்றியுள்ள கிராமங்களுக்கும் சமீன்தாராக சாத்தன் சாம்பான் விளங்கிவந்தான். இவன் வெட்டிய ஒரு குளத்திற்கு இவனுடைய பெயரிட்டு அதன் அடிப்படையில் அக்குளத்தின் அருகிலுள்ள ஊரும் சாத்தன்குளம்

என்று பெயர்பெற்று, காலப்போக்கில் சாத்தன்குளம் என்பது சாத்தான்குளம் என மருவியது.

தன் ஆளுகையில் உள்ள ஊர்களைச் சுற்றிப் பார்க்கக் குதிரையில் வருவது இவனது வழக்கம். அப்படி வரும்போது ஒரு நாள் தன்னிடம் கணக்கராகப் பணிபுரிந்து வந்த ராமுபிள்ளை என்பவரின் மகளான பாப்பம்மாளைக் கண்டு அவள்மீது காதல்கொண்டான். அப்பெண்ணும் அவனது காதலை ஏற்றுக் கொண்டாள். இரவு நேரத்தில் தன் குதிரையை அவர் வீட்டுச் சுற்றுச்சுவர் அருகில் நிறுத்திவிட்டு அவன் சுவர் ஏறிக்குதித்து அப்பெண்ணுடன் உறவாடும் அளவுக்கு இருவரின் காதலும் வளர்ந்தது.

இதை அறிந்த வெள்ளாளர்கள் அவனைப் பழிவாங்கத் திட்டமிட்டனர். வலிமை வாய்ந்த அவனை நேரடியாக எதிர்க்க முடியாது என்பதையுணர்ந்து மலையாள மாந்தீரிகர்கள் சிலரை வரவழைத்து ஆலோசனை கேட்டனர்.

அவர்கள் கூறிய ஆலோசனையின் அடிப்படையில் இரவில், அவன் வரும் வழியில் குழி வெட்டி அதன்மீது பிரப்பம்பாயை விரித்து மண்ணைத் தூவி அதை மறைத்தனர். அவர்கள் தெருவிலேயே குழி வெட்டியதால் பிறர் அறியாதவாறு செய்வது எளிதாயிற்று.

வழக்கம்போல் குதிரையில் வந்த சாம்பான் பிரப்பம்பாயின் மீது குதிரை கால் வைத்ததும் குதிரையுடன் குழியில் விழுந்தான். திட்டமிட்டபடி பெரிய கற்களை எறிந்து அவனை எழவிடாமல் செய்து குதிரையுடன் புதைத்துவிட்டனர்.

மறுநாள் இச்செய்தியைக் கேள்வியுற்ற அவனது காதலி பாப்பம்மாள் அழுது அரற்றித் தன் பெற்றோரையும் உறவினரை யும் திட்டிச் சாபமிட்டாள். அதட்டல், மிரட்டல்களுக்கு அவள் அடங்காதுபோகவே அவளையும் அடித்துக் கொன்று தம் வீட்டிற்கு எதிரே இருந்த தோட்டத்தில் புதைத்துவிட்டனர். சாத்தன் புதையுண்ட நாற்சந்திக்கு மிக அருகில் வடமேற்கில் கண்பார்வையில் படும்படி இத்தோட்டம் உள்ளது. இலந்தைப் புதர்கள் மறைவில் சிறுபீடம் ஒன்று அப்பெண்ணுக்குக் கட்டப்பட்டது.

சாத்தன்குளத்திலுள்ள அமராவதி அம்மன் கோயில் ஆதி திராவிடர்களுக்குரியது. இங்கு சாத்தன் சாம்பானின் தங்கை அமராவதியே தெய்வமாகியுள்ளாள் என்ற நம்பிக்கையும் உள்ளது. இக்கோயில் திருவிழாவின்போது பால்குடம் எடுத்துவந்து

குத்துக்கல், பாப்பம்மாள் பீடம் என்ற இரண்டையும் வழிபட்டுச் செல்லத் தொடங்கினர்.

பாப்பம்மாள் இறக்கும்போது இட்ட சாபத்தினால்தான் அவளது குடும்பம் ஆண் வாரிசு அற்றுப் போய்விட்டது என்ற நம்பிக்கையும் உள்ளது.

இதுவரை நாம் பார்த்த இரு கதை வடிவங்களில் இரண்டாவது கதை வடிவம் ஏற்றுக்கொள்ளக்கூடியதாக உள்ளது. ஏனெனில் முதல் கதை வடிவத்தைக் கூறியவர்களிடம் அப்பெண் என்ன ஆனாள் என்று கேட்டபோது 'அதான் அவன் செத்துபோனான்லா, அப்புறம் பயமல்லாம இருந்தாள்' என்று கூறினார்கள். ஆனால் சாத்தன் நினைவாக நடப்பட்ட குத்துக்கல்லுக்கு மிக அருகில் அப்பெண்ணுக்குக் கட்டப்பட்ட பீடம் குறித்து எதுவுமே கூறாது மறைத்துவிட்டனர்.

மேலும், ஆதிதிராவிடர் தரப்பில் கூறிய கதை வடிவில் சாதிமீறிக் காதலித்தவர்களுக்கு வழக்கமாக நிகழும் தண்டனை இடம்பெற்றுள்ளது. சமூக நடப்பியலை மறைக்காது இக்கதை வடிவில் குறிப்பிட்டுள்ளனர். தன் சமூகத்தைச் சார்ந்த ஒருவனைக் காதலித்து அதன் விளைவாக மரணமான வேளாளர் சமூகப் பெண்ணைப் புறக்கணிக்காது தெய்வமாக ஏற்றுக் கொண்டுள்ளனர்.

-ஓ-

1.5 குட்டிக் குலையறுத்தான் சாமி

திருநெல்வேலி மாவட்டத்திலுள்ள தென்காசி நகரிலிருந்து குற்றாலம் செல்லும் சாலையில் உள்ள சிற்றூர் நயினார்புரம். இங்கு தேவேந்திரகுல வேளாளர்கள் குறிப்பிடத்தகுந்த எண்ணிக்கை யில் வாழ்ந்துவருகிறார்கள். இவ்வூரில் வாழ்ந்துவந்த கோனார் சாதி இளைஞன் ஒருவனும் தேவேந்திரகுல வேளாளர் சாதியைச் சேர்ந்த பெண்ணொருத்தியும் காதல் வயப்பட்டிருந்தனர். இருவருடைய வீட்டிலும் இக்காதலை ஏற்றுக்கொண்டு திருமணம் செய்துகொள்ள அனுமதிக்க மாட்டார்கள் என்பது தெரிந்தே காதலித்தார்கள்.

தம் காதலை நிறைவேற்றிக்கொள்ளும் வழிமுறையாக, கோவில்பட்டி சங்கரன்கோவில் சாலையிலுள்ள நாலுவாசல் கோட்டைக்குத் தெற்கிலுள்ள அழகுநாச்சியாபுரம் ஊருக்குச்

செல்லும் சாலையின் மேற்குப் பகுதியிலுள்ள காட்டுப் பகுதிக்கு இருவரும் உடன்போக்காக வந்துசேர்ந்தனர். உணவுக்கு வழியில்லாத நிலையில் சுற்றுப்பகுதியில் ஆட்டுக்கிடை (பட்டி) போட்டிருக்கும் இடத்திற்கு இரவில் சென்று ஆட்டுக்குட்டியைத் திருடி அதைத் துண்டால் மறைத்துக் கக்கத்தில் இடுக்கியவாறு முத்துசாமி வந்துசேர்வான். அக்குட்டியைக் கொன்று குலையை (ஈரல்) அறுத்து, இலந்தை முள்ளை எரித்து அதில் சுட்டு உண்டு அவர்கள் வாழ்ந்தனர்.

இது தொடர்ந்து நடந்துவந்த நிலையில் கிடைபோட்டிருந்த கோனார்கள், ஆட்டுக்குட்டிகள் திருடுபோவதை அறிந்து அதைத் திருடுவது யார் என்று கண்டுபிடித்துவிட வேண்டும் என்று முடிவு செய்தனர். அதன்படி கிடைபோட்டிருந்த இடத்தில் யார் கண்ணிலும் படாதவாறு பதுங்கியிருந்தனர்.

இதை அறியாத அவ்விளைஞன் வழக்கம்போல் ஆட்டுக்குட்டியைத் திருடும்போது நீண்ட நாட்களாக ஆட்டுக்குட்டியைப் பறிகொடுத்த கோபத்திலிருந்த கோனார்கள் அவனைக் குத்திக் கொன்றனர். இச்செய்தியறிந்த அப்பெண் தற்கொலை செய்துகொண்டாள்.

கொலையுண்டு இறந்த இளைஞனின் ஆவி அழகுநாச்சியாபுரம் ஊருக்குச் செல்லும் வழியில் உள்ள நிறைகுளத்து அய்யனாரிடம் வந்து அவருக்குக் காவல் தெய்வமாக நிற்க அனுமதி கேட்டது. அய்யனாரும் அதை ஏற்றுக்கொண்டார். இதன் அடிப்படையில் அவனுக்குப் பீடம் போடப்பட்டது. ஆட்டுக்குட்டியை அறுத்து நெருப்பில் வாட்டி உண்டு வாழ்ந்த செயலின் அடிப்படையில் அவ்விளைஞன் குட்டிக் குலையறுத்தான் என்ற பெயரைப் பெற்றான்.

வழிபாடு

கொலையைச் செய்த கோனார்கள் கொலையுண்டவனின் ஆவி குறித்த அச்சத்தால் அப்பீடத்தை வழிபடுகின்றனர். அநேகமாக அப்பீடத்தை அவர்கள்தான் கட்டியிருக்க வேண்டும். அய்யனார் கோவிலில் பீடம் அமைக்கப்படுவதற்கான காரணமாக மேற்கூறிய வேண்டுகோளையும் அவர்கள்தான் உருவாக்கியிருக்க வேண்டும்.

தற்கொலை செய்துகொண்ட அப்பெண்ணிற்குப் பீடமில்லை. இது குறித்துக் கோனார்களிடம் வினவியபோது தெளிவான பதில் கிடைக்கவில்லை.

“பெண்ண மறைக்கணும்னு அவங்க நெனைக்காங்க. அந்தப் பெண்ண, பள்ளிய நாம் கையெடுத்துக் கும்புடுவோம் அப்படிங்கிறதுல அவள மறைக்காங்க. அவ ஒரு ஆளு மேல வந்து ஆடிச்சினு வந்து சொன்னா அத ஒடனே அந்த மட்டுல புடிச்சி அமுக்கி வண்டிக்குள்ள போட்டு ஆடவுடாம செஞ் சிறாங்க” என்று தேவேந்திர குலத்தைச் சேர்ந்த இளைஞர் ஒருவர் கூறினார். இக்கூற்றில் உண்மையுள்ளது என்பதைப் பின்னர் வேறு சில தகவலாளர்களும் உறுதிசெய்தனர்.

பங்குனி மாதம் கோவில் திருவிழாவின்போது உயிர்ப்பலி கொடுக்கும் முறை சற்று மாறுபட்டதாக உள்ளது. காய்ந்த இலந்தை முட்களை வட்ட வடிவில் போட்டு வைப்பார்கள். சாமியாடி தன் துண்டுக்குள் ஓர் ஆட்டுக்குட்டியை ஒளித்துவைத்து ஆடிக்கொண்டே வந்து அதன் சங்கை (கழுத்தை) அறுப்பார்! உடனே இலந்தை முட்களுக்குத் தீ வைப்பார்கள். எரியும் நெருப்பில் அதை வீசிவிடுவார். இதன்பின் பலி கொடுக்க விரும்புபவர்கள் ஆட்டுக்குட்டிகளையும் பெரிய ஆடுகளையும் சங்கறுத்து, எரியும் இலந்தை முள்ளில் போடுவார்கள்.

இவ்வுயிர்ப்பலி முறை, ஏற்கெனவே நடந்த ஒரு நிகழ்வை மீண்டும் நடத்திக் காட்டும் சடங்காக உள்ளது. சாமியாடி ஒரு துண்டால் ஆட்டுக்குட்டியை மூடி ஒளித்துக்கொண்டு வரும் செயல், ஆட்டுக்குட்டியைத் திருடி, துண்டால் மறைத்துக் கொண்டுவந்த செயலை நினைவூட்டுகிறது. சமைத்து உண்ணாது, நெருப்பில் சுட்டு உண்டதை நிகழ்த்திக் காட்டும் செயலாக, எரியும் இலந்தை முள்ளில் ஆட்டுக்குட்டியை வீசுவது அமைகிறது.

பெண் குழந்தைகளுக்குக் ‘குட்ட’ என்றும் ஆண் குழந்தை களுக்குக் ‘குட்டயன்’ என்றும் பெயர் வைக்கும் பழக்கம் முன்பு இருந்துள்ளது. சுடுமண் உருவங்களாலான ஆடுகளைக் காணிக்கையாகப் படைக்கும் வழக்கமும் உள்ளது.

கதையின் திரிபு வடிவம்

இக்கதையின் போக்கிலிருந்து சிறிது மாறுபட்ட செய்திகளும் கள ஆய்வில் கிட்டின. அவ்விளைஞனின் காதலியான தேவேந்திர குல வேளாளர் சாதிப் பெண்ணைக் கோனார்களே கொன்றதாக வும் அவள் தற்கொலை செய்துகொள்ளவில்லை என்றும் ஒருவர் குறிப்பிட்டார். அவ்வாறு கொல்லப்பட்டிருந்தால் அவளது ஆவியின்மீது உள்ள அச்சத்தால், சாதி பார்க்காது கோனார்கள் வணங்கியிருப்பர். ஆனால் அவர்கள் வணங்காததன் அடிப்படையில் பார்க்கும்போது அப்பெண் தற்கொலைதான் செய்துகொண்டிருப்பாள் என்பதே உண்மையாக இருக்கும்.

குறிப்பு

சிறுகுட்டியின் இறைச்சி சுவையாக இராது என்பதால் ஈரலை மட்டும் சுட்டுச் சாப்பிட்டிருக்கிறார்கள்.

-ஓஓ-

1.6 ஒண்டிவீரன் – எர்ரம்மா

ஒண்டிவீரன் என்ற பெயரில் அருந்ததியர் சமூகத்தைச் சேர்ந்த வீரர்கள் இருவர் திருநெல்வேலி மாவட்டத்தில் வாழ்ந்துள்ளார்கள். ஒருவர் ஆங்கிலேயருக்கு எதிராகப் போரிட்டு மடிந்த புலித்தேவரின் படைத்தளபதி. மற்றொருவர் குருவிகுளம் என்ற ஊரில் ஆதிக்கச் சாதியினரின் சூழ்ச்சிக்குப் பலியாகி, பின்னர் அவரது சொந்தச் சமூகத்தினால் தெய்வமாக வணங்கப்பட்டு வருபவர்.

இவரது கொலையும் அதன் பின்னர் தெய்வமாக்கப் பட்டமையும் சாதி மீறிய காதலை மையமாகக் கொண்டவை.

தோற்றக்கதை

சமீன்தார் ஒருவர் குருவிகுளத்தை ஆண்டுவந்துள்ளார். இவரிடம் ஒண்டிவீரன் என்ற அருந்ததிய இளைஞன் காவல் பணி மேற்கொண்டிருந்தான். எத்தகைய முரட்டுக்காளையையும் அடக்கும் ஆற்றல் இவனிடம் இருந்தது.

இதே ஊரில் எர்ரம்மாள் என்ற இளம்பெண் வாழ்ந்துவந்தாள். இப்பெண் சமீன்தாரின் சாதியைச் சேர்ந்தவள். இப்பெண்ணும் ஒண்டிவீரனும் காதல் வயப்பட்டிருந்தனர். இச்செய்தி ஊர் மக்களுக்குத் தெரியவந்தது. எர்ரம்மாளின் பெற்றோர் அருந்ததியர் சமூகத்து இளைஞனைத் தம் பெண் காதலிப்பதை விரும்பவில்லை. இக்காதலை அழிக்கும் வழிமுறையாக ஒண்டிவீரனைக் கொலை செய்யத் திட்டமிட்டனர். வீரனான அவனை நேரடியாகக் கொல்ல இயலாது என்பதை உணர்ந்தமையால் தம் உறவினர்களின் துணையுடன் சூழ்ச்சியால் கொல்லத் திட்டமிட்டனர்.

இதன்படி முரட்டுக்காளை ஒன்றிற்கு யாரும் அறியாதபடி சாராயத்தைப் புகட்டினர். பின்னர் அக்காளையை அடக்கித் தொழுவில் கட்டும்படி அவனிடம் கூறினர். முரட்டுக்காளைகளை அடக்குபவன் என்று பெயர் பெற்றிருந்தமையால் தன் ஆற்றலை வெளிப்படுத்த வாய்ப்புக் கிட்டியது என்று மகிழ்ந்த ஒண்டிவீரன் அதை அடக்க முற்பட்டான்.

ஆ. சிவசுப்பிரமணியன்

முரட்டுத்தனத்துடன் சாராய போதையும் இணைந்திருந்தமை யால் அக்காளை மூர்க்கமாக அவனை எதிர்த்தது. இறுதியில் தன் கொம்புகளால் அவன் வயிற்றில் குத்தித் தூக்கியது. பின்னர் அவரது உடலுடன் ஓடத் தொடங்கியது. சிறிது நேரத்தில் ஒண்டிவீரன் இறந்துவிட்டான். அவனது உயிரற்ற உடலைச் சுமந்தவாறு அக்காளைமாடு அலையத் தொடங்கியது. ஒண்டிவீரனின் பிணம் அழுகி அவனது கால்கள் மட்டும் முதலில் கீழே விழுந்த பின்னர் உடலும் விழுந்தது.

அழுகிய நிலையில் இருந்த ஒண்டிவீரனின் பிணத்தையும் கால்களையும் எடுத்து அவனது உறவினர்கள் எரியூட்டினர். எரியூட்டிவிட்டு அவர்கள் வீடு திரும்பியவுடன் அவனது காதலியான எர்ரம்மாள் அவனது ஈம நெருப்பில் பாய்ந்து உயிர் நீத்தாள்.

வழிபாடு

பின்னர் எரியூட்டிய இடத்தில் கல்நாட்டி அவர்கள் இருவரையும் அருந்ததியர்கள் கடவுளராக வழிபடலாயினர். வழிபாட்டின் தொடர்ச்சியாக ஒண்டிவீரன், எர்ரம்மாள் என்று பெயரிடும் வழக்கம் உருவானது.

அருந்ததியர்கள் தம் சமூகத்தைச் சேர்ந்த இளைஞனை மட்டுமின்றி, அவன் பிரிவு தாங்காது உயிர் நீத்த வேறு சமூகத்துப் பெண்ணின் உயிர்த் தியாகத்தையும் மதித்துப் போற்றி வருகின்றனர். ஆனால் பெண்ணின் சமூகத்தார் அவனை வணங்குவதில்லை. அப்பெண்ணின் மரபினர் மட்டும் முக்கியக் குடும்ப நிகழ்வுகளின்போது திறந்த வெளியில் பதிக்கப்பட்டுள்ள கல்லை, வீட்டின் மங்கல நிகழ்ச்சிகளின்போது மட்டும் வணங்கும் வழக்கத்தைக் கொண்டுள்ளனர். இது எர்ரம்மாளின் நினைவுக்கல் என்று இக்குடும்ப உறுப்பினர் ஒருவர் குறிப்பிட்டார். தம் பெயரை வெளிப்படுத்திக்கொள்ள அவர் விரும்பவில்லை.

—☘—

1.7 சிப்பித்திரட்டுச் சாமி

தூத்துக்குடி மாவட்டத்தின் வடக்கே உள்ள கடற்கரை ஊர் வேம்பாறு. இவ்வூருக்குத் தெற்கில் உள்ள ஊர் பெரியசாமிபுரம். இவ்விரண்டு ஊர்களுக்கும் இடையில் குஞ்சலாபுரம் என்ற கிராமம் உள்ளது.

இவ்வூரில் ஏறத்தாழ இரண்டு நூற்றாண்டுகளுக்கு முன்னர் பிச்சாண்டி என்ற இளைஞன் வாழ்ந்துள்ளான். வாதிரியார் சமூகத்தைச் சேர்ந்த இவ்விளைஞன் நல்ல உடற்கட்டுக் கொண்டவன். முயல் வேட்டையில் விருப்பம் கொண்ட இவன் அதற்காக வேட்டை நாய்களை வளர்த்துவந்தான்.

குஞ்சலாபுரம் ஊருக்குக் கிழக்கே அடர்ந்த பனங்காடு உண்டு. அப்பனங்காட்டில் வள்ளியம்மா, பெத்தம்மா என்ற பெயருடைய இரு பெண்கள் வாழ்ந்துவந்தனர். முயல் வேட்டைக்காக அப்பகுதிக்குச் சென்றுவந்த பிச்சாண்டி அவ்விரு பெண்களில் ஒருத்தியுடன் உறவுகொண்டு அங்கு சென்றுவருவதை வழக்கமாக்கிக்கொண்டான்.

இதையறிந்த அப்பெண்ணின் உறவினர்கள் பிச்சாண்டி வந்தவுடன் செய்தியனுப்பும்படி அப்பெண்ணைப் பயமுறுத்தி வந்தனர். உயிருக்குப் பயந்த அப்பெண் அதன்படியே ஒருநாள் பிச்சாண்டி வந்தவுடன் செய்தி அனுப்பினாள். செய்தியறிந்து அங்கு வந்த அப்பெண்ணின் சாதி இளைஞர்கள் பிச்சாண்டியைக் குத்திக் கொன்றார்கள். அவனது உடலைச் சிப்பிகள் மிகுந்த மேட்டுப்பகுதியில் குழிவெட்டிப் புதைத்தனர். குழிவெட்டிப் புதைத்த இடம் தெரியாமல் இருக்க ஆட்டுக்கிடை (பட்டி) போடுபவரை அழைத்துவந்து அப்பகுதியில் ஆடுகளை மேயவிடும்படிச் செய்தனர். ஆடுகளின் கால் தடம் பட்டுக் குழி வெட்டிய அடையாளம் தெரியாமல் போனது.

பின்னர் அக்கொலை நிகழ்வு வெளியான பின்னர் அந்த இடத்தில் பீடம் எழுப்பி வழிபாடு நிகழத் தொடங்கியது. சிப்பித் திரடு (மேடு) பகுதியில் புதைக்கப்பட்டதால் சிப்பித்திரட்டுச் சாமி என்ற பெயர் உருவாகிவிட்டது.

கொலையுண்டவரின் சாதியினர் வழிபாடு செய்கின்றனர். கொலையுண்டவர் வேட்டைச் செருப்பு அணிந்ததன் அடையாளமாக வேட்டைச் செருப்பு படையல் பொருள்களில் ஒன்றாக இடம்பெறுகிறது. இது தவிர சாயவேட்டியும் பதநீர் நிரம்பிய பானையும் தொரட்டுக் கம்பும் படையல் பொருட்களாகப் படைக்கப்பட்டு வந்ததாகவும், மதுவிலக்கு நடைமுறைப்படுத்த பின்னர் அதற்கு மாற்றாகப் பதநீர்ப் பானை வைக்கப்பட்டுள்ளதாகவும் கூறுகின்றனர்.

பிச்சாண்டி காதலித்த பெண் திருமணமானவள் என்பதாலேயே கொலை நிகழ்ந்தது என்ற செய்தியும் உள்ளது. எனவே சாதி மீறிய காதலுக்காக நிகழ்ந்த கொலை என்று இதை

உறுதிபடக் கூற முடியவில்லை. அப்பெண் என்ன ஆனாள் என்பது குறித்தும் தெளிவான செய்திகள் இல்லை.

1.8 பட்டபிரான் பூச்சியம்மன்

தூத்துக்குடி மாவட்டத்திலுள்ள வல்லநாடு என்ற கிராமத்தில் பட்டபிரான் என்ற மறவர் சாதி இளைஞன் மாடு வியாபாரம் செய்துவந்தான். வியாபார நிமித்தம் திருநெல்வேலியின் மேற்குப் பகுதியிலுள்ள மேலப்பாவூர் என்னும் கிராமத்தின் வழியாகச் செல்லும்போது பொயிலாம் புச்சி என்ற பள்ளர் சாதிப் பெண்ணைக் கண்டு அவள் அழகில் மயங்கினான்.

அவளை அடைய வேண்டும் என்ற விருப்பத்தினால் அவளுடைய பெற்றோருடன் பழகினான். ஒருநாள் யாரும் அறியாமல் பொயிலாம் புச்சியை அழைத்துக்கொண்டு உடன் போக்காகக் கிளம்பினான். அவர்களுடன் புச்சி நாய் என்ற நாயும் வந்தது. இறுதியில் வல்லநாடு கிராமத்திற்கு வடகிழக்கிலுள்ள உழக்குடி என்னும் கிராமத்தின் வடக்கே, உடை மரங்கள் அடர்ந்த காட்டுப் பகுதிக்குள் தங்கினர். உணவுக்கு வேறு வழியேதுமில்லாததால் அப்பகுதியில் மேயும் ஆடுகளில் ஒன்றைத் திருடி வந்து அதனைச் சமைத்துண்பதை வழக்கமாகக் கொண்டார்கள்.

பொயிலாம் புச்சியைத் தேடி அவளது ஏழு அண்ணன்களும் மேலப்பாவூரிலிருந்து புறப்பட்டு உழக்குடியை வந்தடைந்தனர். அங்கு ஆடு மேய்த்துக்கொண்டிருந்த ஆயர்களை நோக்கி வேற்றாள் இருவர் வரக் கண்டீர்களா என்று வினவினர். எட்டு நாளைக்கு ஒரு முறை கிடாவொன்று காணாமல் போவதாகவும், நண்பகலில் உடைமரக் காட்டுக்குள்ளிருந்து நூலினைப் போல் புகை வருவதாகவும் மற்றப்படி வேறு விசேடமில்லையென்றும் அவர்கள் விடை கூறினர்.

இதைக் கேட்ட சகோதரர்கள் எழுவரும் அருகிலிருந்த குன்றின் மேலே ஏறி, உடைமரக் காட்டை நோக்கியபோது புகை வருவது தெரிந்தது. புகை வருமிடம் நோக்கி எழுவரும் சென்றனர். அங்கு சென்றதும் பொயிலாம் புச்சியின் மடிமீது தலை வைத்து உறங்கிக்கொண்டிருந்த பட்டபிரானை ஈட்டியால் குத்திக் கொன்றனர். புச்சி நாயினையும் வெட்டிக் கொன்ற

பின் ஊருக்கு வரும்படித் தங்கையை அழைத்தனர். அவள் வர மறுத்ததுடன் தன்னையும் வெட்டிக் கொன்றுவிடும்படிக் கூறினாள். ஏழு அண்ணன்களில் இளையவன் தங்கையின்மீது இரக்கம் கொண்டு அவளை வெட்ட வேண்டாமென்று மற்றச் சகோதரர்களிடம் வேண்டினான். ஆனால் தங்களுடன் வர மறுத்த தங்கையின்மீது ஆத்திரமுற்ற ஆறு சகோதரர்களும் அவள் கழுத்தை வெட்டிக் கொன்றனர். இறுதியில் பட்டபிரான், பொயிலாம் புச்சியின் உடல்களுடன் புச்சி நாயின் உடலையும் சேர்த்துச் சிதையில் அடுக்கி எரியூட்டினர். எரிந்த உடல்களின் சாம்பலையும் எலும்புத் துண்டுகளையும் ஆற்றில் கரைத்து விட்டு மேலப்பாவூருக்குத் திரும்பினர்.

திரும்பும் வழியில் தங்கையை வெட்ட வேண்டாமென்று தடுத்த இளைய சகோதரனைத் தவிர ஏனைய அறுவரும் ஒவ்வொருவராக வழியில் மாண்டனர். ஏழாவது சகோதரன் மட்டும் ஊர் போய்ச்சேர்ந்து தங்கைக்குக் கோவில் எழுப்பி வழிபட்டான்.

காதலர் இருவரும் இருக்குமிடத்தை ஏழு சகோதரர்களும் அறிந்துகொள்ளும் முறையில் செய்திகளைக் கூறிய ஆயர்களின் ஆடுகள் ஒவ்வொன்றாக இறந்துபோகலாயின. இதற்குப் பரிகாரம் தேடியபோது தங்கள் பகுதியில் அடைக்கலமாக வந்தவர்களின் கொலைக்குக் காரணமானதால் கொலையுண்டோரின் சீற்றத்திற்குத் தாம் ஆளாகியுள்ளதை அறிந்தனர். எனவே, அதற்குப் பரிகாரமாகக் கொலையுண்ட மூவருக்கும் சிலை வடித்துத் தெய்வமாக்கி வழிபடலாயினர். இதன் பின்னர் அவர் களின் ஆடுகள் அழிவிலிருந்து தப்பின.

இதுவே பொயிலாம் புச்சியென்ற இளம் பெண் புச்சியம்மன் என்ற தெய்வமாகவும் பட்டபிரான் என்ற இளைஞன் பட்டவராயன் என்ற தெய்வமாகவும் மாறிய கதையாகும்.

2

அய்யப்பாட்டால் நிகழ்ந்த கொலை

2.1 மாடத்தி அம்மன்

தூத்துக்குடி மாவட்டம் திருச்செந்தூரிலிருந்து சாத்தான்குளம செல்லும் சாலையிலுள்ள ஒரு சிறிய கிராமம் பன்னம்பாறை. திருச்செந்தூருக்கு மேற்கே 21 கி.மீ. தொலைவிலுள்ள இக்கிராமத்தில் ஏறத்தாழ 100 ஆண்டுகளுக்கு முன்னர் முருகையாப் பாண்டியன் என்பவர் தன் மனைவி பேச்சியம்மாளுடன் வாழ்ந்துவந்தார். இவர்களுக்கு ஏழு ஆண் குழந்தைகள். ஆயினும் பெண் குழந்தை ஒன்று இல்லாதது பேச்சியம்மாளுக்கு ஒரு குறையாக இருந்ததால், பன்னம்பாறையிலுள்ள சுடலைமாடன் கோவிலுக்குச் சென்று பெண் குழந்தை வேண்டும் என்று வரம் வேண்டிவந்தாள். பேச்சியம்மாளுக்குப் பெண் குழந்தை ஒன்று பிறந்தது. மாடன் அருளால் கிடைத்த குழந்தை என்று மனம் மகிழ்ந்து அதற்கு மாடத்தி என்று பெயரிட்டனர்.

மாடத்தியின் பெற்றோர் மறைவு

மாடத்திக்கு எட்டு வயது நிகழும்போது தந்தையும் பத்து வயது நிகழும்போது தாயும் இறந்து போனார்கள். பெற்றோரை இழந்த மாடத்தியை ஏழு அண்ணன்களும் செல்லமாக வளர்த்தனர்.

அண்ணன்களின் தொழில்

பன்னம்பாறைக்குக் கிழக்கே கல்வெட்டான் குழி என்னும் பகுதியில் ஆலமரமொன்று இருந்தது. மாடத்தியின் ஏழு அண்ணன்களும் அப்பகுதிக்குச் சென்று அங்கு நிழலுக்கு ஒதுங்கும் ஆட்டுக் கிடாய்களில் ஒன்றைக் களவு செய்து, பின் அதைக் கொன்று ஓலைப்பெட்டியில் வைத்து அதன்மேல் சுள்ளிகளை வைத்து மூடிவிடுவர். விறகு சுமந்துவருவது போன்ற பாவனையில் மாடத்தி அப்பெட்டியைச் சுமந்தவாறு வீட்டிற்கு வந்துவிடுவாள்.

சுற்றுப்புறக் கிராமங்களில் நிகழும் கொடுக்கல்வாங்கல், திருமண உறவு, பாகப்பிரிவினை போன்றவைகளில் ஏற்படும் சிக்கல்களைத் தீர்த்துவைக்கப் பஞ்சாயத்துப் பேசுவது மாடத்தியின் அண்ணன்களின் தொழிலாக இருந்தது. இவர்களின் வாக்கு வன்மை காரணமாக, இவர்கள் வழக்குப் பேசும் தரப்பே வெற்றி அடையும்.

மாடத்தியைப் பெண் கேட்டல்

18 வயதில் மாடத்தி பருவமடைந்தாள். அரசூர் – பூச்சிக்காடு என்ற ஊரைச் சேர்ந்த தேவர் குடும்பம் ஒன்று மாடத்தியின் சகோதரர்களைப் போன்றே பஞ்சாயத்துப் பேசுவதைத் தொழிலாகக் கொண்டிருந்தது. இக்குடும்பத்தினர் மாடத்தியைப் பெண் கேட்டனர். தங்கள் தரப்பிற்கு எதிராக வழக்குப் பேசும் குடும்பத்திற்குப் பெண் கொடுத்தால் எதிர்காலத்தில் பிரச்சினை வருமென மாடத்தியின் அண்ணன்கள் எண்ணினர். எனவே இப்போது கல்யாணம் முடிக்க ஆசைப்படவில்லை என்றுகூறி மறுத்துவிட்டனர்.

மாடத்தியின் 21ஆவது வயதில் ஒட்டன்புதுக்குளம் ஊரைச் சேர்ந்த ஓர் இளைஞருக்கு அவளைத் திருமணம் செய்து கொடுத்தனர். திருமணமான மாடத்திக்கு முதலில் ஓர் ஆண் குழந்தை பிறந்தது. மூன்றாண்டுகள் கழித்துப் பெண் குழந்தை பிறந்தது.

பிறந்த வீட்டிற்குத் திரும்பல்

ஒருநாள், சிறு பிணக்கின் காரணமாகக் கணவனிடம் கோபித்துக்கொண்டு அவனிடம் சொல்லிக்கொள்ளாமல் பிறந்த வீட்டிற்கு மாடத்தி வந்தாள்.

தன் கணவனுடன் கோபித்துக்கொண்டு மாடத்தி வந்ததை அறிந்த அண்ணன்கள் அவளது கணவன் வந்து கூப்பிட்டால்

ஆ. சிவசுப்பிரமணியன்

அனுப்பிவைக்கலாமென்று முடிவு செய்தனர். சொல்லாமல் போனவளை வலியச் சென்று கூப்பிடக்கூடாது என்று கருதி மாடத்தியின் கணவன் வாளாவிருந்தான். இதன் காரணமாக அண்ணன்கள் வீட்டிலேயே மாடத்தி நீண்ட காலம் தொடர்ந்து தங்கியிருந்தாள்.

திருவிழாக் காணச் செல்லுதல்

இந்நிலையில் அருகிலுள்ள திருச்செந்தூரில் மாசித் திருவிழா தொடங்கியது. ஏழாம் நாள் திருவிழாவைக் காண மாடத்தியின் மதினிகள் (அண்ணிகள்) சென்றனர். அவர்களுடன் தன் இரு குழந்தைகளையும் அழைத்துக்கொண்டு மாடத்தியும் சென்றாள். குழந்தைகள் வேடிக்கை பார்க்க விரும்பியதால் மூத்த மதினியிடம் சொல்லிவிட்டுத் தன் இரு குழந்தைகளையும் அழைத்துக்கொண்டு மாடத்தி தனியாகச் சென்றாள். ஓரிடத்தில் இராட்டினத்தைக் கண்டதும் அதில் ஏறிச் சுற்ற வேண்டுமென்று வற்புறுத்தியதால் அதை மீற முடியாமல் குழந்தைகளை இராட்டினத்தில் சுற்றவிட்டு, மாடத்தி அருகில் நின்றாள். மாடத்தியை முதலில் பெண் கேட்ட அரசூர் – பூச்சிக்காடு தேவர் குடும்பத்தினர் மாடத்தி நிற்பதைப் பார்த்தனர். கணவனுடன் கோபித்துக்கொண்டு, அண்ணன்கள் வீட்டில் மாடத்தி தங்கியிருப்பது அவர்களுக்குத் தெரியும். பஞ்சாயத்துப் பேசுவதில் வழக்கமாகத் தங்களுக்கு எதிர்த் தரப்பில் வரும் மாடத்தியின் அண்ணன்களைப் பழிவாங்க, மாடத்தி திருவிழாவிற்கு வந்ததைப் பயன்படுத்திக்கொள்ள முடிவு செய்து திரும்பிச் சென்றனர். குழந்தைகள் இருவரும் ராட்டு சுற்றியதும் அவர்களை அழைத்துக்கொண்டு மதினிகள் இருக்குமிடத்திற்கு மாடத்தி வந்தாள். பின் அனைவரும் வீடு திரும்பினர்.

பழி சுமத்தல்

இந்நிகழ்ச்சி நடந்து சில நாட்கள் கழிந்தன. பன்னம்பாறைக்கு அருகிலுள்ள சாத்தான்குளத்தில் பெண் பிரச்சினை தொடர்பாகப் பஞ்சாயத்து நடந்தது. வழக்கம்போல மாடத்தியின் அண்ணன்கள் ஒரு தரப்பிலும் அரசூர் – பூச்சிக்காடு தேவர் குடும்பத்தினர் ஒரு தரப்பிலும் பேசினர். மாடத்தியின் அண்ணன்கள் தரப்பில் வெற்றி கிட்டும் நிலை உருவாகியது. இந்நிலையில அரசூர் – பூச்சிக்காடு தேவர் குடும்பத்தினர் "பெண் விஷயமாகப் பஞ்சாயத்துப் பேச உங்களுக்கு என்ன தகுதியிருக்கிறது?" என்று மாடத்தியின் அண்ணன்களை நோக்கிக் கேட்டனர்.

"எங்கள் தகுதிக்கு என்ன குறைச்சல்?" என்று காட்டமான பதில் மாடத்தியின் அண்ணன்களிடமிருந்து வந்தது. "உமது

தங்கச்சி மாடத்தியின் நிலை தெரியுமா?" என்று கருவாய்ப் பாண்டியனை நோக்கி ஏளனமாகக் கேட்டனர்.

"அப்படி என்ன கண்ட" என்று கருவாய்ப் பாண்டியன் எதிர்க்கேள்வி கேட்க, "மாசித் திருநாளில் ராட்டாடக் கண்டோம்" என்று பதில் வந்தது.

கருவாய்ப் பாண்டியனின் கோபம்

பஞ்சாயத்தை இன்னொரு நாள் வைத்துக்கொள்ளலா மென்று கூறிவிட்டு கருவாய்ப் பாண்டியன் தன் தம்பிகளுடன் வீடு திரும்பினார். "மாடத்தி ராட்டினமேறிச் சுற்றினாளா?" என்று தன் மனைவியிடம் கேட்டார். பிள்ளைகளை அழைத்துக்கொண்டு கோவிலைச் சுற்றிக்காட்டச் சென்ற மாடத்தி விரைவில் திரும்பி வந்துவிட்டதாகக் கூறினாள். இப்பதிலால் நிறைவடையாத கருவாய்ப் பாண்டியன் கல்வெட்டாங்குழி ஆலமரத்திற்குக் கிடாய் எடுத்துச் செல்லப் பெட்டியுடன் வரும்படி மாடத்தியிடம் கூறிவிட்டுத் தம்பிகளுடன் சென்றார்.

மாடத்தியைக் கொலை செய்தல்

கல்வெட்டாங்குழி சென்ற பின் கருவாய்ப் பாண்டியன் மாடத்தியைக் கொலை செய்யும்படித் தன் தம்பிகளிடம் கூறினார். அவர்கள் அதைச் செய்ய மறுக்கவே தானே கொலை செய்வதாகக் கூறினார்.

மாடத்தி சிறிது நேரத்தில் பெட்டியுடன் அங்கு வந்து, "விறகுதானே இருக்கு கிடாய் இல்லையே" என்று கூறினாள். "முதலில் விறகைப் பொறுக்கு" என்று கருவாய்ப் பாண்டியன் கூற மாடத்தியும் குனிந்து விறகைப் பொறுக்கலானாள். அப்போது கருவாய்ப் பாண்டியன் அரிவாளால் மாடத்தியின் கழுத்தில் வெட்ட, தலை வேறு முண்டம் வேறானாள். அப்போது கருவாய்ப் பாண்டியனின் ஆறு தம்பிகளும் புலம்பினர்.

"இரக்கமில்லாமல் மோசம் செய்துவிட்டீர்களே! ஏழேழு தலைமுறைக்கும் என் பாவம் பிடிக்கும். உங்கள் வம்சத்தில் பெண் குழந்தை பிறக்காது. பிறந்தாலும் தங்காது" என்று சாபமிட்டவாறு தரையில் விழுந்த மாடத்தியின் தலை உருண்டுசென்று ஓரிடத்தில் நின்றது. மாடத்தியின் தலையற்ற உடலைச் சுடலைமாடன் கோயிலுக்குக் கிழக்கில் சுட்டெரித்துச் சாம்பலாக்கினர். வாகைவிளை என்ற ஊருக்குத் தென்புறமுள்ள காட்டோடையில் தலையைப் புதைத்துவிட்டு ஊருக்குத் திரும்பினர்.

மாடத்தி திரும்பி வராதது குறித்துக் கருவாய்ப் பாண்டியனிடம் அவன் மனைவி வினவினாள். அவளைக்

கொன்றுவிட்ட செய்தியைக் கூறி இதை வெளியில் சொல்லக் கூடாதென்று கருவாய்ப் பாண்டியன் தன் மனைவியை எச்சரித்தான். “அம்மா எங்கே?” என்று கேட்ட மாடத்தியின் குழந்தைகளிடம் “நாளை வருவாள்” என்று சொல்லிவிட்டான்.

கொலை நிகழ்ந்த எட்டு நாட்கள் கழித்து நாயொன்று மாடத்தியின் தலையை வெளியில் இழுத்துப் போட்டது. விறகு பொறுக்குவதற்காக அங்கு சென்ற மாடத்தியின் தோழியான நாடார் சாதிப் பெண்ணொருத்தி அதனைக் கண்டு கருவாய்ப் பாண்டியனிடம் கூறினாள். கருவாய்ப் பாண்டியன் அப்பெண்ணிற்கு ஐந்து ரூபாய் கொடுத்து இதை வெளியில் சொல்லக் கூடாதென்றான். பின் சுடலைமாடன் கோவில் திரட்டில் தலையை எரித்துச் சாம்பலாக்கிவிட்டான்.

மாடத்தி தெய்வமாதல்

கொலை நடந்து மூன்றாண்டுகள் கழித்து, பன்னம்பாறை ஊருக்குள் மாடத்தியின் ஆவி புகுந்து தொல்லை கொடுக்க ஆரம்பித்தது. சுடலைமாடன் அருளால் பிறந்து, அவனது பெயரால் மாடத்தி என்று அழைக்கப்பட்டவளாதலால் அவனது அருள் மாடத்திக்குக் கிட்டியது. எனவே பல மந்திரவாதிகள் வந்து முயன்றும் ஆவியை இனங்காணவும் முடியவில்லை; கட்டுப்படுத்தவும் முடியவில்லை.

இறுதியாகப் பெரிய மந்திரவாதியொருவன் வந்து சேர்ந்தான். அவனிடம் தன் வரலாறு கூறித் தான் கொலையுண்ட ஆலமரத்தடியிலிருந்து பிடிமண் எடுத்துவந்து தன் தலை உருண்டு வந்துநின்ற இடத்தில் கோவில் கட்டும்படி மாடத்தியின் ஆவி கூறியது. அத்துடன் ஊரில் பிறக்கும் தலைக் குழந்தைகளுக்குத் தன் பெயரை இடும்படியும் கேட்டுக்கொண்டது. அதன்படி ஊரார் கோயில் கட்டிப் பீடம் அமைத்து மாடத்தி அம்மன் என்று பெயரிட்டு வழிபாடு செய்யத் தொடங்கினர்.

மாடத்தி அம்மன் வழிபாடு

பன்னம்பாறையிலிருந்து கிழக்கு நோக்கித் திருச்செந்தூருக்குச் சாலை அமைந்துள்ளது. இச்சாலையின் தென்புறம் சுப்புராயபுரம் என்ற கிராமத்திற்குச் சாலை பிரிகிறது. இச்சாலை பிரியுமிடத்தில் கிழக்குப் புறமாக மாடத்தி அம்மன் கோயில் உள்ளது. கோவிலின் நுழைவாயில், சுப்புராயபுரம் செல்லும் சாலையில் அமைந்துள்ளது. மாடத்தியின் தலை உருண்டுவந்த இடத்தில் காரைக் கட்டடமாகக் கருவறை அமைந்துள்ளது. மாடத்தியம்மன் வழிபாடு பரவலானதன் விளைவாகப் பீடத்திற்குப் பதில்

சிலை அமைக்கப்பட்டுள்ளது. இதைப் புகைப்படம் எடுக்க அனுமதிப்பதில்லை. சிலையை ஓவியமாக வரைந்து புகைப்படம் எடுத்துள்ளனர்.

அம்மன் என்பதால் செவ்வாய்க்கிழமை முக்கியமான நாளாக அமைகிறது. மாடத்திக்குப் பாயசம் மிகவும் பிடிக்குமென்பதால் பாயசம் முக்கியப் படையலாக அமைகிறது. ஆடு வெட்டுதலும் நிகழ்கிறது. சித்திரை மாதம் கடைசிச் செவ்வாய் அன்று 'கொடை' (திருவிழா) நிகழும். முளைப்பாரி எடுக்கும் வழக்கமும் மாடத்தி என்று பெயரிடும் வழக்கமும் உள்ளது.

மாடத்தியின் தலையைப் புதைத்துவைத்த ஓடையின் அருகிலுள்ள வாகைவிளை கிராமத்தில் பனை ஓலையால் சிறுகோயில் போன்ற அமைப்பை உருவாக்கியுள்ளனர். அதில் மண்பீடம் ஒன்று அமைக்கப்பட்டுள்ளது. நாடார் குடும்பம் ஒன்றின் தனிப்பட்ட கோயிலாக இது விளங்குகிறது. நாடார் சாதியைச் சேர்ந்த பெண்ணொருத்தி 'கணக்கு' (குறி) சொல்கிறார். மாடத்தியின் தலையைக் கண்டெடுத்த நாடார் பெண்ணின் மரபைச் சேர்ந்தவரென்று இவரைக் குறிப்பிடுகிறார்கள்.

பரமன் குறிச்சி என்ற ஊரிலிருந்து திருச்செந்தூருக்குச் செல்லும் சாலையின் வடபுறத்தில் வெறும் பீடத்துடன் கூடிய மாடத்தியம்மன் கோவில் ஒன்றுள்ளது. மாடத்தியம்மன் கோயில் எல்லையிலிருந்து பிடிமண் எடுத்துச்சென்று இதை உருவாக்கியுள்ளார்கள்.

கதையுடன் தொடர்புடைய இடங்கள்

மாடத்தியம்மன் கதையுடன் தொடர்புடைய ஊர்கள் பன்னம்பாறையைச் சுற்றி அமைந்துள்ளன.

மாடத்தி பிறந்த ஊரான பன்னம்பாறை தற்போது, கீழப்பன்னம்பாறை, வடக்குப் பன்னம்பாறை, தெற்குப் பன்னம்பாறை என மூன்று பகுதிகளாக அமைந்துள்ளது.

வடக்குப் பன்னம்பாறையில் கல் வேலை செய்யும் ஆசாரிக் குடும்பங்கள் முன்பு வாழ்ந்துள்ளன. கல்தூண், உரல், படிக்கட்டுகள் ஆகியனவற்றை இவர்கள் உருவாக்கிவந்துள்ளனர். வெள்ளை நிறமான பன்னம்பாறைக் கற்களால் மெய்ஞானபுரத்திலும் முதலூரிலுமுள்ள சீர்திருத்தக் கிறித்தவத் தேவாலயங்கள் கட்டப்பட்டதாக பேட் (1917:27) குறிப்பிடுவார். பன்னம்பாறைக்கு மேற்கே ஏறத்தாழ நான்கு மைல் தொலைவிலுள்ள சாத்தான் குளத்திற்குக் குத்துக்கல் ஒன்றும் பன்னம்பாறையிலிருந்து கொண்டு வரப்பட்டதென்றும் அவர் குறிப்பிட்டுள்ளார் (மேலது 505).

இவ்வாறு பன்னம்பாறையில் கல் வேலை முக்கியத் தொழிலாக இருந்துள்ளது. இவ்வேலைகளுக்கான கல் எடுத்த இடமே கல்வெட்டான் குழியாகும். பன்னம்பாறைக்குக் கிழக்கில் திருச்செந்தூர் செல்லும் சாலையின் வடபுறத்தில் கல்வெட்டான்குழி அமைந்துள்ளது. 70களின் தொடக்கம் வரை மாடத்தியம்மன் கதையில் இடம்பெறும் ஆலமரம் இங்கு இருந்துள்ளது. தற்போது சுற்றிலும் முட்புதர்கள் சூழ்ந்த பகுதி யாகக் காட்சியளிக்கிறது.

கீழ்ப்பன்னம்பாறையில் தேவர் சாதியினர் வாழ்ந்து வருகின்றனர். தென் வடலாகச் செல்லும் தெருவின் கீழ்ப்புறத்தில் மாடத்தி வாழ்ந்த வீடு இருந்துள்ளது. தற்போது வீடு இடிந்துபோய்க் காலி மனையாக உள்ளது.

பன்னம்பாறைக்குத் தென்கிழக்கில் சுடலைமாடன் கோவில் உள்ளது. இக்கோவிலில்தான் மாடத்தியின் பெற்றோர் பெண் குழந்தை வரம் வேண்டினர். மாடத்தியின் உடல் இக்கோவிலின் முன்புதான் எரிக்கப்பட்டது. உடைமரங்கள் இக்கோவிலைச் சுற்றி நெருக்கமாக வளர்ந்துள்ளதால் காடுபோல் தற்போது காட்சியளிக்கின்றது.

சுடலைமாடன் கோவிலுக்கு நேர் கிழக்கில் வாகைவிளைக் கிராமம் அமைந்துள்ளது. பெரும்பாலும் நாடார் சாதியினர் இக்கிராமத்தில் வாழ்கின்றனர். இவ்வூருக்கு மேல்புறமுள்ள ஓடையில்தான் மாடத்தியின் தலை புதைக்கப்பட்டது.

மாடத்தியைப் பெண் கேட்ட தேவர் குடும்பத்தினரின் ஊரான அரசூர் – பூச்சிக்காடு, பன்னம்பாறைக்குத் தெற்கே ஏறத்தாழ 10 கிலோமீட்டர் தொலைவில் உள்ளது.

மாடத்தியின் கணவனது ஊரான ஒட்டன்புதுக்குளம் பன்னம்பாறைக்கு மேற்கே 7 கிலோ மீட்டர் தொலைவிலுள்ளது.

தகவலாளர்கள்

பன்னம்பாறையில் வாழும் 70 வயது முதியவரான கணபதித் தேவரை 1995இல் நேரில் சந்தித்தபோது மாடத்தியம்மன் கதையைக் கூறியதுடன் கதையுடன் தொடர்புடைய இடங்களை உடன்வந்து சுற்றிக்காட்டி விளக்கினார். கருவாய்ப் பாண்டியனின் ஐந்தாவது சகோதரரான இராமையாத் தேவரின் மகனென்று இவர் தன்னை அறிமுகப்படுத்திக்கொண்டார். உடனிருந்த யாதவர் சாதியைச் சேர்ந்த முதியவர்களும் இது உண்மையென்று கூறினர். ஆனால் இவரால் மாடத்தியின் ஏழு அண்ணன்களின் பெயரைக் கூற முடியவில்லை. மாடத்தியம்மன் கோயிலை நிர்வகித்துவரும்

வே. செல்லப் பாண்டியனாலும் ஏழு சகோதரர்களின் பெயரைக் குறிப்பிட முடியவில்லை. சுப்பையாத் தேவர் என்பவர் எழுதிக்கொடுத்த மாடத்தியம்மன் வில்லுப்பாட்டிலும் ஏழு சகோதரர்களின் பெயரைக் குறிப்பிடப்படவில்லை. தமிழ்நாட்டில் வழங்கும் கதைப் பாடல்களிலும் வாய்மொழிக் கதைகளிலும் ஏழு அண்ணன்கள் என்று குறிப்பிடும் பழக்கம் உண்டு. அது போன்றே இக்கதையிலும் ஏழு அண்ணன்கள் என்று குறிப்பிட்டுள்ளனர்.

மாடத்தியின் குழந்தைகள் இருவரும் பன்னம்பாறையிலே வாழ்ந்துவந்து பின் அவர்கள் இடம்பெயர்ந்து சென்றுவிட்டதாகக் கூறும் கணபதித் தேவரால் அவர்களது வாரிசுகள் யாரும் தற்போது இருக்கிறார்களா என்ற கேள்விக்கு விடையளிக்க முடியவில்லை.

மாடத்தியம்மன் கதை ஆய்வு

மாடத்தி என்ற பெண் தன் அண்ணனால் கொலை செய்யப்பட்டு மாடத்தியம்மன் என்ற தெய்வமாக மாறியதே மாடத்தியம்மன் கதையின் மையக் கருத்து. கொலையில் உதித்த தெய்வங்களைக் குறித்த கதைகளில்

1. தடை அல்லது மரபு

2. தடை அல்லது மரபுமீறல்

3. விளைவு

4. பழிவாங்கல்

5. முடிவு

என்ற ஐந்து முக்கியக் கூறுகள் பெரும்பாலும் இடம்பெற்றிருக்கும். மாடத்தியம்மன் கதையிலும் இக்கூறுகள் பின்வருமாறு இடம்பெற்றுள்ளன.

1. மரபு – கணவனைப் பிரிந்து வாழும் பெண் மகிழ்ச்சி தரும் பொழுதுபோக்குகளில் ஈடுபடக் கூடாது

2. மரபு மீறல் – மாடத்தி ராட்டினத்தில் ஏறிச் சுற்றியது (உண்மையில் நடக்காத நிகழ்ச்சி நடந்ததாகப் பொய் கூறி மரபு மீறியதாகக் குறிப்பிடப்பட்டுள்ளது)

3. விளைவு – மாடத்தி கொலை செய்யப்படல்

4. பழிவாங்கல் – மாடத்தியின் ஆவி பன்னம்பாறை மக்களுக்குத் தொல்லை தந்தது

5. முடிவு – கொலையுண்ட மாடத்தி தெய்வமாதல்

இனி இக்கூறுகளைக் குறித்து ஆராய்வோம்

மரபும் மரபு மீறலும்

கணவனுடன் வாழ்வதுதான் பெண் ஒருத்தியின் வாழ்வை முழுமையாகவும் மதிப்புடையதாகவும் ஆக்கும் என்பது தமிழ்ச் சமூகத்தில் தொடர்ந்து நிலவிவரும் ஒரு கருத்தாகும். கணவனுடன் வாழாது பிரிந்து வாழும் பெண்ணிற்கு 'வாழாவெட்டி' என்ற பட்டமும் உண்டு. கணவனுடன் கோபித்துக்கொண்டு வந்த மாடத்தியை அவள் கணவனுடன் சேர்த்துவைக்க அவள் அண்ணன்கள் முயற்சி எதுவும் எடுக்கவில்லை. அவளை அழைத்துவர அவள் கணவனும் முயலவில்லை. இரு தரப்பிலும் நிலவிய போலி மரியாதையுணர்வு இதற்குத் தடையாகி விட்டது. தங்கள் குடும்பத்திற்கு மாடத்தியைப் பெண் தர மறுத்தமையாலும், பஞ்சாயத்துப் பேசுவதில் தங்களுக்கு எதிர்த் தரப்பாக விளங்கியதாலும் அரசூர் – பூச்சிக்காடு தேவர் குடும்பத்தினர், கருவாய்ப் பாண்டியன் குடும்பத்தின் மீது பகையுணர்வு கொண்டிருந்தனர். இப்பகையுணர்வின் அடிப்படையில் மாடத்தி ராட்டினம் சுற்றினாள் என்று கூறிப் பழிதீர்த்துக்கொண்டனர்.

பஞ்சாயத்துப் பேசுவதில் தனித்துவம் கொண்டிருந்த கருவாய்ப் பாண்டியன் மாடத்திமீது சுமத்தப்பட்ட குற்றச்சாட்டின் உண்மையை ஆராயவில்லை. மாடத்தியிடம் இதுகுறித்து ஏதும் கேட்கவுமில்லை. திருவிழாக் கூட்டத்தில் குழந்தைகளுடன் சிறிது நேரம் தனியாகச் சென்றுவந்ததாகத் தன் மனைவி கூறிய செய்தியின் அடிப்படையில் மாடத்தி ராட்டினம் சுற்றியிருப்பாள் என்ற முடிவுக்கு அவன் வந்துவிட்டான். தங்கையின் செயல் குடும்பத்தின் மானம் மரியாதையையும் தனது ஆளுமையையும் பாதித்துவிட்டதாக அவன் உறுதியாக நம்பினான். இழந்துபோனதாக அவன் கருதிய குல மானத்தையும் தன் ஆளுமையையும் மீட்டெடுக்கும் வழிமுறையாக அவன் மாடத்தியைக் கொலை செய்தான்.

கருவாய்ப் பாண்டியனின் இக்கொடிய செயல் அவனது தனிப்பட்ட ஆளுமையினால் மட்டும் நிகழ்ந்ததல்ல. குல அல்லது குடும்ப மானம் பெண்ணுடன் இணைக்கப்பட்டுள்ள சமூக அமைப்பில் குடும்ப மதிப்பின் குறியீடாகப் பெண் விளங்குகிறாள். இதனால்தான் எதிரிகளின் பெண்களை மானபங்கப்படுத்தும் செயலைப் பண்டைய தமிழ் மன்னர்கள்

மேற்கொண்டனர். இன்றைய வகுப்புவாதிகளும் அதையே தொடர்கின்றனர். தோற்றப் பகை மன்னர்களின் மனைவியர் கூந்தலை வெட்டிக் கயிறு திரித்து யானைகளைப் பிணைத்த செய்தியைப் பதிற்றுப்பத்து கூறுகிறது. பாலியல் நோக்கில் மட்டுமின்றி எதிரியைப் பழிவாங்கும் நோக்கிலும் எதிரியின் பெண்களைச் சிறைப்பிடித்து வந்துள்ளனர். 'கொண்டி மகளிர்' என்ற பெயரில் கோயில் பணிகளை இப்பெண்கள் செய்துவந்ததைப் பட்டினப்பாலை கூறுகிறது. மன்னர்கள் பெற்ற வெற்றிச் சிறப்பினைக் கூறும் கல்வெட்டுக்கள், பகை நாட்டாரின் பெண்டிரைக் கவர்ந்து வந்த செய்தியைப் பெருமிதத்துடன் கூறுகின்றன.

மேலும் கணவனைப் பிரிந்து வாழும் பெண் பிற ஆடவனின் கண்ணுக்கு விருந்தாகிவிடக் கூடாது என்பதும் தமிழ்ச் சமூகத்தின் மரபாகும். புகார் நகரத்தில் வாழ்ந்த பெண்ணொருத்தியின் கணவன் வாணிபத்தின் பொருட்டு வெளிநாடு சென்றிருந்த நிலையில் பிற ஆடவரின் பார்வையிலிருந்து தப்பிக்கும் வழிமுறை யாக அப்பெண் தன் முகத்தைக் கருங்குரங்கு முகமாக மாற்றிக் கொண்டாள். கணவன் வீடு திரும்பிய பின்னரே தன் இயல்பான முகத்துடன் விளங்கினாள் என்று சிலப்பதிகாரம் குறிப்பிடும்.

இத்தகைய போலித்தனமான ஒழுக்க மதிப்பீடுகள் ஆதிக்கம் செலுத்திய தமிழ்ச் சமூகத்தில் மாடத்தி ராட்டினம் ஏறிச் சுற்றினாள் என்ற பொய்ச் செய்தியைப் பலர் கூடியுள்ள சபையில் அரசூர் பூச்சிக்காடு தேவர் குடும்பத்தினர் கூறினார்கள். இச்செய்தி பொய்யானதென்றாலும் அது கருவாய்ப் பாண்டியனின் குலப்பெருமையைப் பாதித்ததில் வியப்பில்லை.

விளைவு

குலம் அல்லது குடும்பத்தின் மானம் பெண்ணுடன் பிணைக்கப்பட்டிருப்பதாகக் கருதியதனால் குல மானத்தைக் காக்கப் பெண்ணைக் கொலை செய்யத் தயங்குவது கிடையாது. இது தொடர்பாகக் கணக்கற்ற பழமரபுக் கதைகள் குறிப்பாகச் சமீன் ஆட்சி நிகழ்ந்த பகுதிகளில் இன்றும் வழங்கிவருகின்றன.

மாடத்தி ராட்டினம் சுற்றியதால் குடும்ப மானம் அழிந்து போனதாக கருவாய்ப் பாண்டியன் கருதியதால் அதை மீட்கும் ஒரே வழியாக மாடத்தியைக் கொலை செய்தான். சமூக மரபை மீறியவர்கள் கொலைக்கு ஆளாவது மிக இயல்பான நடைமுறையாக முன்னர் இருந்தது. மாடத்தி உண்மையில் சமூக மரபை மீறாவிட்டாலும் மரபு மீறியதாகக் கூறப்பட்ட பொய்ச் செய்தி அவள் உயிரைப் பறித்தது.

பழிவாங்கலும் முடிவும்

கொடூரமாகக் கொலை செய்யப்பட்டவர்களின் ஆவி பழிவாங்கும் தன்மையில் செயல்படுமென்ற நம்பிக்கை இன்றும் தமிழ்நாட்டில் நிலவுகிறது. நீலகேசி, பழையனூர் நீலி குறித்த கதைகள் தொன்மையான சான்றுகள் ஆகும். கொடூரமாகக் கொலையுண்ட மாடத்தி பழிவாங்குவதாகப் பன்னம்பாறை மக்கள் நம்பினர். ஆவிகளுடன் செய்துகொள்ளும் சமரச முயற்சியாக – கல் நாட்டியோ, பீடம் அமைத்தோ சிலை வடித்தோ அவற்றைத் தெய்வமாக்கி வழிபடுவது தமிழர் பண்பாட்டு வாழ்வில் தொன்மையான வழக்கமாகும். தொல்காப்பியர் குறிப்பிடும் நடுகல் வழிபாடு தொடங்கி, கண்ணகிக்குச் சேரன் செங்குட்டுவன் சிலையெடுத்தது என இலக்கண, இலக்கியச் சான்றுகள் குறிப்பிடத்தக்க அளவில் உள்ளன. பட்டோரைப் பரவும் பண்டைய மரபின் தொடர்ச்சியாக மாடத்தியும் தெய்வமாக்கப்பட்டுள்ளார்.

மாடத்தி கொலை செய்யப்படல் – உண்மை நிகழ்ச்சி.

மாடத்தியின் சாபம், பழிவாங்குதல் – அச்சத்தினால் ஏற்பட்ட கற்பனை.

பீடம் சிலையாதல், வில்லுப்பாட்டு உருவாதல் – வழிபாட்டு நிலையின் வளர்ச்சி.

மாடத்தி என்ற பெண் மாடத்தியம்மனாக உருப்பெற்றதைக் கூறும் இக்கதையில் இயற்கை பிறழ்ந்த நிகழ்ச்சிகள் இடம் பெற்றுள்ளன. இயற்கை பிறழ்ந்த நிகழ்ச்சிகளை ஒதுக்கி வைத்துவிட்டு இக்கதையை நாம் ஆராய வேண்டும். கணவனைப் பிரிந்து வாழும் பெண்களுக்கு விதிக்கப்பட்டிருந்த போலி மரபுகளை மீறியதாகப் பொய்க் குற்றஞ்சாட்டப்பட்டு அதற்குப் பலியான ஓர் அபலைப் பெண்ணின் சோகக் கதையே மாடத்தியம்மன் கதையாகும்.

-ஓஒ-

2.2 புதுப்பட்டியம்மன்

தூத்துக்குடி திருநெல்வேலி நெடுஞ்சாலையில் உள்ள தெய்வச்செயல்புரம் என்ற கிராமத்திற்குத் தென்புறம் உள்ள ஊர் புதுப்பட்டி. இவ்வூரிலுள்ள ஒரு கோவிலில் முத்தம்மன் என்ற அம்மனை வழிபடுகிறார்கள். இவ்வம்மனை ஊரின் பெயரால்

'புதுப்பட்டியம்மன்' என்றழைக்கிறார்கள். ஆண்டுதோறும் பங்குனி மாதம் கடைசிச் செவ்வாய்க்கிழமையன்று இக்கோவிலின் கொடைவிழா (திருவிழா) நடைபெறும்.

இக்கோவில் அமைப்பும் கொடைவிழா நிகழ்வும் சில தனித்துவமான தன்மைகளைக் கொண்டுள்ளன. கோவிலின் கருவறை வட்ட வடிவில் அமைந்தது. இதில் உருவமோ பீடமோ கிடையாது. கோவில் கொடைக்கு முந்திய செவ்வாய்க் கிழமையன்று புதுப்பட்டியிலுள்ள வேளார் (குயவர்) ஒருவர் அம்மனின் உருவத்தைக் களிமண்ணால் செய்யத் தொடங்குவார். இப்பணி ஆறு நாட்கள்வரை தொடரும். அம்மனின் உருவை நெருப்பில் இடுவதில்லை. நிழலிலேயே உலரவைப்பார். உலர்ந்த பின் வண்ணம் பூசப்படும். அதன் பின்னர் கொடை நிகழும். செவ்வாய்க்கிழமையன்று கோவிலுக்கு எடுத்துச் செல்வர். தீப ஆராதனை காட்டி வழிபாடு நிகழும். ஆனால் திருநீராட்டுச் செய்வதில்லை. தண்ணீர் பட்டால் உருவம் நீரில் ஊறிக் கரைந்து விடும் என்பதே இதற்குக் காரணம்.

அன்று இரவு அணிகலன்களால் அலங்கரிக்கப்பட்ட அம்மனின் உருவம் ஊர்வலமாகக் கிராம வீதிகளில் எடுத்துச் செல்லப்படும். ஊர்வலம் முடிந்த பின்னர் அம்மனின் உருவத்தைச் செய்த வேளார் அதைத் தன் தலையில் சுமந்தவாறே ஊருக்கு வடகிழக்கிலுள்ள கரிசல் நிலப்பகுதிக்குச் செல்வார். அவருடன் மேள வாத்தியக் குழுவும், கையில் உயரமான தடிக்கம்பை ஏந்தியவாறு ஊர்த்தலையாரியும் செல்வார். ஒரு குறிப்பிட்ட இடத்தையடைந்ததும் மேளகாரர்கள் நின்றுவிடுவர். தலையாரியும் வேளாரும் சற்றுத் தள்ளி ஒரு புதர்ப்பகுதிக்குச் சென்றுவிட்டுத் திரும்புவர். அம்மனின் சிலையைத் திருப்பியெடுத்து வருவதில்லை. அம்மன் மறைந்து போய்விட்டாள் என்பது ஊரவரின் நம்பிக்கை. தலையாரியிடம் உரையாடியபோது இப்பணி பரம்பரை உரிமையானது என்றார். அம்மனின் கதையைக் கூறிவந்த அவர் அம்மனின் உருவத்திற்கு என்ன நிகழும் என்பதைக் கேட்கக் கூடாது என்று வாக்குறுதி வாங்கிக்கொண்டார். கதையின் இறுதிப் பகுதியாக மேற்கூறிய நிகழ்வை மட்டும் கூறியதுடன் நிறுத்திக்கொண்டார்.

கொடை விழா அன்று உயிர்ப்பலியாக ஆடு கொடுக்கப்படும். வழக்கமாக இப்பகுதிகளில் ஆட்டின் தலையைத் துண்டித்தோ, நெஞ்சைக் கீறியோ உயிர்ப்பலி தருவர். ஆனால் இங்கு ஆட்டை அவிழ்த்துவிட்டுச் சுற்றி நின்று கம்புகளால் அடித்துக் கொல்வர். இவ்வாறு முதற்பலி முடிந்ததும் நேர்ச்சை செய்தவர்கள் தாம் அழைத்துவந்த ஆடுகளை அவிழ்த்துவிட, கையில் கம்புகளுடன்

காத்திருக்கும் இளைஞர்கள் அவற்றை அடித்துக் கொல்வர். சில ஆடுகள் தப்பி ஓடினாலும் விடாது துரத்திச்சென்று அடித்துக் கொல்வர்.

மேற்கூறிய நிகழ்வுகள் ஓர் அபலைப் பெண்ணிற்கு வாழ்க்கையில் நிகழ்ந்த சோக முடிவினை நினைவூட்டும் எச்சங்களாகும்.

கதை

அனுப்பக்கவுண்டர் சாதியைச் சேர்ந்த ஒருவர் புதுப்பட்டிக்குத் தெற்கிலுள்ள சீத்தார்க்குளம் ஊரில் சமீன்தாராக இருந்துள்ளார். அப்போது அந்த ஊரில் ஒரு குடும்பம் மாடுகளை வளர்த்துப், பால், மோர் விற்று வாழ்ந்துவந்தது. அக்குடும்பத்தில் ஏழு மகன்களும் கடைசியாக முத்தம்மா என்ற பெயரில் ஒரு மகளும் இருந்தனர். ஏழு மகன்களுக்கும் திருமணம் ஆகியிருந்தது. ஆண்கள் புன்செய் வேலைகளுக்கும் விறகு வெட்டவும் சென்றுவிடுவர். அவர்களின் மனைவியர் சுற்றுப்புறக் கிராமங்களுக்குச் சென்று பால், மோர் ஆகியன விற்று வருவர். எக்காரணம் கொண்டும் வெளியில் செல்லக் கூடாது என்று தம் தங்கையை அவர்கள் எச்சரித்து வைத்திருந்தனர்.

தன்னையும் அவர்களுடன் அழைத்துச் செல்லும்படி தன் அண்ணன் மனைவியரிடம் அப்பெண் அடிக்கடி வேண்டிவந்தாள். அதற்கு இரங்கி அவர்களும் ஒரு நாள் அப்பெண்ணை அழைத்துச் சென்றனர். அப்போது அரண்மனையின் மாடியில் நின்று கொண்டிருந்த சமீன்தார் முத்தம்மாளைப் பார்த்ததும் அப்பெண் யார் என்று தன் பக்கத்திலிருந்தவரிடம் கேட்டார்.

இதைக் கண்டுவிட்ட முத்தம்மா தன் வீட்டிற்கு ஓடி வந்துவிட்டாள். அப்பெண்ணின் மதினியரும் வீடு திரும்பி விட்டனர். இச்செய்தியை அறிந்தால் தம் கட்டளையை மீறிய தங்கையை அண்ணன்கள் கொலை செய்துவிடுவார்கள் என்றஞ்சிய அப்பெண்ணின் தாய், வீட்டுக் கதவை உட்புறமாகத் தாளிட்டுக்கொண்டாள். சமீன்தாரின் பார்வை தம் தங்கையின் மீது விழுந்துவிட்ட செய்தியை அறிந்த அண்ணன்கள் எழுவரும், தம் கட்டளையை மீறி வெளியே சென்ற தங்கையைக் கொன்று விடும் முடிவுடன் கோபமாக வீட்டிற்கு வந்தனர்.

அடைத்திருந்த கதவைத் திறக்கும்படிக் கோப வெறியுடன் உரக்கத் தட்டினர். கதவைத் திறக்காது தாமதித்தால் உடைத்துக் கொண்டு உள்ளே நுழைந்துவிடுவார்கள் என்ற நிலையில் முத்தம்மாளை அழைத்து, தான் கதவைத் திறக்கும் முன், பின்புறக் கதவை ஓசையின்றித் திறந்துகொண்டு வெளியில் ஓடித் தப்பிப் பிழைக்கும்படிக் கூறினாள்.

அதன்படி அப்பெண் பின்புறமாக வெளியில் சென்றதும் ஓசையில்லாமல் பின்புறக் கதவைத் தாளிட்டுவிட்டு முன்கதவைத் தாய் திறந்தாள். கோப வெறியுடன் உள்ளே நுழைந்த அண்ணன்கள் வீட்டிற்குள் தங்கையைத் தேடினர். அவளைக் காணாத நிலையில் பின்புறமாகத் தப்பிச் சென்றிருக்க வேண்டும் என்று முடிவு செய்தனர்.

அப்பெண் புதுப்பட்டி ஊருக்குள் நுழைந்து அங்கிருந்த வேளார் வீட்டில் அடைக்கலமாகி விட்டாள். அப்பெண்ணின் நிலை கண்டிரங்கிய அவ்வேளார் தன் வீட்டின் மூலையில் 'ட' வடிவில் இடைவெளியிட்டுச் சட்டிபானைகளை அடுக்கி அதற்கிடையில் அப்பெண்ணை ஒளித்துவைத்தார். உணவு வழங்கியதுடன் இரவிலும் அதிகாலையிலும், பானைகளை மெதுவாக அகற்றி இயற்கைக் கடன் கழிக்க அப்பெண்ணை வெளியில் அனுப்பிவைத்தார். அவள் திரும்பிவந்தவுடன் பானைகளை முன்போல் அடுக்கி வைத்துவிடுவார். வேளார் வீடு என்பதால் சட்டிபானைகள் வீட்டின் மூலையில் இருப்பதை அண்டை அயலார் வேறுபாடாகக் கருதவில்லை. அப்பெண் அங்கு ஒளிந்திருப்பது அவருக்கும் அவர் மனைவிக்கும் மட்டுமே தெரியும்.

வீட்டில் தங்கையைக் காணாத அண்ணன்கள் எழுவரும், ஆளுயரக் கம்பேந்தியவாறு புதுப்பட்டிக்குள் நுழைந்து சுற்றிச்சுற்றி வந்தனர். வாட்டசாட்டமான இளைஞர்கள் கம்புடன் சுற்றித் திரிவதைக் கண்ட ஊர்ப் பெரியவர்கள் அவர்களை அழைத்து வினவினர்; அவர்கள் நடந்த விவரத்தைக் கூறினர்.

சரி, ஊர்க் கூட்டம் போட்டு முடிவு சொல்கிறோம். அது வரை பொறுமையாய் இருங்கள் என்று அவர்களை அமைதிப் படுத்தினர். பின்னர் ஊர்க் கூட்டத்தைக் கூட்டினர். யாராவது அவ்விளைஞர்களின் தங்கையை ஒளித்துவைத்திருந்தால் மறைக்காமல் உண்மையைச் சொல்லும்படிக் கூறினர். ஊரவரைப் பகைக்க முடியாத நிலையில், தம்மிடம் அடைக்கலமாக அப்பெண் இருப்பதை வேளார் கூறிவிட்டார். உடனே அப்பெண்ணை அழைத்துவந்து வட்டமாக ஒரு கோடு போட்டு அதில் நிற்க வைத்தனர். அண்ணன்கள் எழுவரும் அழைக்கப்பட்டனர். தன்னை அண்ணன்களுடன் அனுப்ப வேண்டாமென்றும், அனுப்பினால் தன்னைக் கொன்றுவிடுவார்கள் என்றும் அப்பெண் கூறினாள். அண்ணன்களோ அவளைத் தங்களிடம் ஒப்படைத்துவிடும்படி உறுதிபடக் கூறி நின்றனர்.

இக்கட்டான நிலையில் ஊரவர்கள் ஒரு முடிவை எடுத்தனர். அதன்படி தம் ஊருக்கு அடைக்கலமாகப் புகுந்த பெண்ணிற்கு

ஆ. சிவசுப்பிரமணியன்

எவ்வித ஆபத்தும் விளையக் கூடாது, 'ஊரை விட்டு அனுப்பி விடுவோம் அதன் பிறகு அவள் பாடு, அவள் அண்ணன்கள் பாடு' என்பதே அவர்கள் எடுத்த முடிவாகும்.

அம்முடிவின்படி ஊர்த் தலையாரியின் பாதுகாவலோடு அப்பெண் ஊருக்கு வெளியில் அழைத்துச் செல்லப்பட்டாள். பின்னர் ஏழு அண்ணன்களும் கம்பால் அடித்துத் தம் தங்கையைக் கொன்றனர்.

இக்கதைக்குச் சில திரிபு வடிவங்கள் உள்ளன. அவை ஒரு புறமிருக்க, இறந்த பெண் தெய்வமாக்கப்பட்ட பிறகு நிகழும் வழிபாட்டில் நிகழும் சடங்குள் இக்கதையின் நிகழ்வுகளை நினைவூட்டுவன.

i) கோயில் கருவறை வட்ட வடிவில் இருப்பது, வட்டத்திற்குள் அப்பெண் நிறுத்திவைக்கப்பட்டதை நினைவூட்டுகிறது

ii) கம்பால் அடித்து ஆட்டினைப் பலி கொடுப்பது அப்பெண் கொலை செய்யப்பட்ட முறையை நினைவூட்டுகிறது

கள ஆய்வின்போது தலையாரி கேட்ட வாக்குறுதியின் காரணம் என்ன என்பதைப் பெரும்பாலும் வாசகர்கள் யூகித்திருப்பார்கள் என நம்புகிறேன். கோயில் கொடை நிகழ்ந்த மறுநாள் அவர் கூறிய பகுதிக்குச் சென்று பார்த்தபோது முதல்நாள் ஊர்வலமாக எடுத்துச்சென்ற அம்மனின் உருவம் அடித்து நொறுக்கப்பட்டிருந்தது.

இந்நிகழ்வும், ஆட்டினைப் பலி கொடுக்கும் முறையும் எப்போதோ நடந்த ஒரு நிகழ்வினை மீண்டும் நிகழ்த்திக் காட்டும் செயலாக அமைந்துள்ளது.

இக்கதை இரண்டு சமூக உண்மைகளை வெளிப்படுத்தி நிற்கிறது. முதலாவது, சமீன்தார்களின் பாலியல் வன்முறை; இரண்டாவது, ஒரு குடும்பம் அல்லது சாதியின் கௌரவம் என்பது பெண்களின் உடல் சார்ந்ததாகவும் கருதப்படும் நிலையில், குடும்பக் கௌரவத்தைக் காக்கக் கொலை செய்வது ஏற்றுக்கொள்ளப்பட்ட சமூக நீதியாக இருந்துள்ளது. இன்றும்கூட இத்தகைய கொலைகள் வெவ்வேறு வடிவில் தொடர்கின்றன.

3
ஆணவக் கொலை

3.1 கழியன் கழியச்சி

தூத்துக்குடி மாவட்டம் திருவைகுண்டம் வட்டத்தில் உள்ள கிராமம் சேரகுளம். இக் கிராமத்திலும் அதைச் சுற்றியுள்ள கிராமங்களிலும் வேளாளர் சமூகத்தைச் சேர்ந்த நிலக்கிழார் ஒருவர் ஆதிக்கம் செலுத்திவந்தார்.

சேரகுளம் கிராமத்திற்கு அருகிலுள்ள ஒரு கிராமம் திராந்தி குளம். இக்கிராமத்தில் அருந்ததியர் சமூகத்தைச் சேர்ந்த கழியன் என்பவர் சிறு நிலவுடைமையாளராக வாழ்ந்துவந்தார். இவரது மனைவி கழியச்சி என்றழைக்கப்பட்டார். இவரகளுக்கு மக்கட்பேறில்லை.

இவர்களுக்கு உரிமையான நிலத்தை அற்ப விலை கொடுத்துக் கவர்ந்துகொள்ள வேண்டுமென்பது மேற்கூறிய நிலக்கிழாரின் எண்ணம். தன் விருப்பத்தை நேரடியாகக் கழியனிடம் பண்ணையார் வெளிப்படுத்தியபோது நிலத்தை விற்கக் கழியன் மறுத்துவிட்டார். இது பண்ணையாருக்கு ஏமாற்றத்தையும் சினத்தையும் ஏற்படுத்தியது. ஆனால் இதை வெளிக்காட்டவில்லை. வாரிசு இல்லாத கழியனைக் கொன்றுவிட்டால் விலை

கொடுக்காமலேயே கழியனது நிலத்தைக் கவர்ந்துவிடலாம் என்ற முடிவுக்கு அவர் வந்துவிட்டார்.

தன் முடிவைக் கமுக்கமாக நிறைவேற்றிக் கொள்ளத் திட்டமொன்றை அவர் வகுத்தார். அதன்படித் தனக்குரிமையான நிலத்தின் ஒரு பகுதியில் ஆழமான குழி ஒன்றை வெட்டிவைத்தார்.

நிலத்தை விற்கக் கழியன் மறுத்த பின்னரும் இவ்விருவருக்கும் இடையிலான உறவு முன்போலவே நீடித்தது. நிலவிற்பனை குறித்துப் பண்ணையார் எதுவும் பேசவில்லை. ஒரு நாள் வழக்கம்போலத் தன் வயலைச் சுற்றிப் பார்க்க வந்த பண்ணையார், நடந்தவாறே கழியனிடம் நலம் விசாரித்தார். அக்கால மரபுப்படிப் பொருளியல் நிலையில் நலிந்தோரும் சாதியப் படிநிலையில் தாழ்ந்தோரும் தம்மைவிட இவற்றில் மேல்நிலையில் இருப்போருடன் நடந்துசெல்ல நேரிடின் அவர்களுக்கு இணையாக நடப்பதில்லை. பின்னால் நடந்தவாறே உரையாடிக்கொண்டு நடப்பார்கள். இம்மரபுப்படியே கழியனும் பண்ணையாருக்குப் பின்னால் நடந்தவாறே உரையாடிக் கொண்டு வந்தார். இருவரும் பண்ணையார் வெட்டிவைத்த குழி அருகில் வந்தபோது, பண்ணையார் தம் மோதிரத்தைத் திருகி, அது தற்செயலாக விழுந்துவிட்டது போல் குழியில் போட்டுவிட்டார் (பாழுங்கிணறு ஒன்றில் பண்ணையார் தம் மோதிரத்தைப் போட்டார் என்ற மாற்று வடிவமும் உள்ளது).

பின், “அய்யோ ! மோதிரம், குழிக்குள், விழுந்திருச்சே” என்று பதறினார். உடனே அதை எடுத்து அவரிடம் கொடுக்கும் எண்ணத்துடன் கழியன் குழிக்குள் குதித்தார். அவர் குதித்தவுடன் பார்வைக்கு எட்டும் தொலைவில் தற்செயலாக நின்றுகொண்டிருப்பவர்கள்போல் நின்றுகொண்டிருந்த பண்ணையாரின்அடியாட்கள் விரைந்து குழியருகே வந்தனர். குனிந்த நிலையில் குழிக்குள் மோதிரத்தைத் தேடிக்கொண்டிருந்த கலியன் தலையில் பெரிய கல்லைப் போட்டுக் கொன்றனர். வெட்டிய குழியிலிருந்து எடுத்துக் குவிக்கப்பட்ட மண்ணை விரைவாகக் குழியில் தள்ளிக் குழியை மூடினார்கள்.

வெகு நேரமாகியும் கழியன் வீடு திரும்பாததால் அவனைத் தேடிவந்த அவன் மனைவியையும் கொலை செய்து புதைத்தனர். பின்னர் இறந்தோர் ஆவி மீதான அச்சத்தால் கோயில் கட்டி வழிபடத் தொடங்கினர்.

3.2 மாடசாமி

தூத்துக்குடி மாவட்டத்திலுள்ள ஒரு கிராமம் மேல்மாந்தை. தூத்துக்குடி, ராமேஸ்வரம் சாலையில் இது அமைந்துள்ளது. 18ஆம் நூற்றாண்டில் கம்பளத்து நாயக்கர் சமூகத்தைச் சேர்ந்தவர்கள் ஆண்ட பாளையங்களுள் இதுவும் ஒன்று. கட்டபொம்மனுக்கு ஆதரவாகச் செயல்பட்டதால் இப்பாளையத்தைப் பறிமுதல் செய்த கிழக்கிந்தியக் கம்பெனி இதை ஏலத்தில் விட்டது. மராத்திய ராயர் ஒருவர் ஏலத்தில் எடுத்தார். பாளையப்பட்டு முறையை ஒழித்துச் சமீன்தார் முறையைக் கிழக்கிந்தியக் கம்பெனி அறிமுகப்படுத்தியதால் இது மேல்மாந்தை சமீன் என்றாயிற்று.

இங்கு சமீன் அரண்மனைப் பகுதியிலும் புரத வண்ணார் குடியிருப்பிலும் மாடசாமி என்ற தெய்வத்திற்குப் பீடம் அமைத்து வழிபடுகின்றனர். இத்தெய்வம் குறித்து வழங்கும் கதை வருமாறு:

கம்பளத்து நாயக்கர் ஒருவர் மேல்மாந்தையின் பாளையக்கார ராக இருந்தார். இவர் மந்திரங்கள் கற்று அதில் வல்லவராக இருந்தார். இதனால் அரண்மனைக்குத் தேவையான அரிசியைக் குத்திக்கொடுக்கும் பணியையும் தாம் வெயிலில் செல்லும் போது குடைபிடிக்கும் பணியையும் பேய்கள் செய்யும்படி செய்துவிடுவார் என்ற நம்பிக்கை பரவலாக இருந்தது.

இதே ஊரில் வாழ்ந்துவந்த புரத வண்ணார் சாதியைச் சேர்ந்த இளைஞன் ஒருவனும் மந்திர ஆற்றல் மிக்கவனாக விளங்கினான். பாளையக்காரரின் தீண்டாமை தொடர்பான நம்பிக்கைகளும் செயல்பாடுகளும் இவனுக்குப் பிடிக்கவில்லை. பாளையக்காரனுடன் ஒரே இலையில் உணவுண்டு அவனை மட்டம்தட்ட விரும்பினான்.

இதனை நிறைவேற்ற மந்திர மையைத் தன் நெற்றியில் தடவிப் பாளையக்காரன் சாப்பிடும்போது அவன் அருகில் அமர்ந்துகொண்டான். மந்திர மையின் ஆற்றலினால் பிறர் கண்ணுக்கு இவன் தெரியவில்லை. பாளையக்காரன் இலையில் பரிமாறியதும் இவன் விரைவாக அதைச் சாப்பிட்டு முடித்தான். இதனால் உணவு போதாமல் போனது. தொடர்ந்து சில நாட்கள் இவ்வாறு நடக்கவே பாளையக்காரனிடம் பணிப்பெண்கள் இதைத் தெரிவித்தார்கள்.

மறுநாள் சோறு, குழம்பு எல்லாவற்றையும் ஆவி பறக்கப் படைக்கும்படி பாளையக்காரன் கூறினான். வழக்கம்போல உணவருந்த வந்த புரத வண்ணார் இளைஞனின் முகத்தில் ஆவிபட்டு நெற்றியில் இருந்த மந்திர மை கரைந்து அவன்

ஆ. சிவசுப்பிரமணியன்

உருவம் தெரிந்தது. உடனே அவனைப் பிடித்துக் கழுவிலேற்றிக் கொன்றான். பின்னர் கழுவேற்றி அரண்மனைப் பகுதியில் பீடம் போட்டு அவனை வழிபட்டனர். இங்கிருந்து பிடிமண் எடுத்துச்சென்று புரத வண்ணார் குடியிருப்பிலும் பீடம் அமைத்தனர். கொலையுண்டு தெய்வமானோரை மாடன் என்றழைக்கும் பழக்கத்தின் அடிப்படையில் இவன் மாடசாமி என்ற தெய்வமாக்கப்பட்டுள்ளான். இவனது இயற்பெயர் என்னவென்று தெரியவில்லை.

இக்கதையில் இடம்பெறும் இயற்கை பிறழ்ந்த நிகழ்ச்சி களை நீக்கிவிட்டுப் பார்த்தால் பாளையக்காரரை எதிர்த்த ஒரு இளைஞன் கொலை செய்யப்பட்டுப் பின்னர் தெய்வமாகப்பட் டுள்ளான் என்ற உண்மை வெளிப்படுகிறது.

4
நேரடியான சண்டை

4.1 மாப்பிள்ளை மாடன்

ஓட்டப்பிடாரம் கிராமத்திற்கு வடமேற்காக உள்ள கிராமம் கீழமங்கலம். இவ்வூருக்கு வடக்கே உள்ள கண்மாய்க்கரையின் தென்பகுதியில் மாப்பிள்ளை மாடன் கோயில் ஒன்றுள்ளது. இவனும் கொலைக்கு ஆளாகித் தெய்வமாக்கப்பட்டவன்தான்.

அருந்ததியர் சமூகத்தைச் சேர்ந்த இவன் பாஞ்சாலங்குறிச்சியை ஆண்ட கட்டபொம்மனிடம் போர்வீரனாகப் பணியாற்றிவந்தான். கீழமங்கலம் கிராமத்திற்கு வடக்கிலுள்ள ஈராச்சி என்ற ஊரில் பெண்பார்த்து இவனுக்குத் திருமணம் உறுதி செய்திருந்தனர். மணமகனின் ஊரான கீழமங்கலம் கிராமத்தில் திருமணம் நடைபெறுவதாக முடிவு செய்யப்பட்டிருந்தது. மணநாளுக்குச் சில நாள்களுக்கு முன்னர், பாஞ்சாலங்குறிச்சிப் பாளையத்திற்கும் கிழக்கிந்தியக் கம்பெனிக்கும் இடையே சண்டை தொடங்கிவிட்டது. இதனால் மாடனும் போரில் கலந்துகொள்ள வேண்டியதாயிற்று. திருமண நாளன்று கீழமங்கலம் கிராமத்திற்குச் செல்ல அனுமதி பெற்று மணக்கோலத்தில் ஊருக்குப் புறப்பட்டான்.

அந்நேரத்தில் கயத்தாறிலிருந்து கும்பினிப் படைகள் பாஞ்சாலங்குறிச்சியை நோக்கி வந்து கொண்டிருந்தன. மாடனுக்கு உறுதி செய்யப்பட்ட பெண்ணை அழைத்துக்கொண்டு பெண் வீட்டாரும் வந்துகொண்டிருந்தனர். அக்காலத்தில் மங்கலம்

கண்மாயில் புன்னைமரங்கள் அடர்த்தியாய் வளர்ந்திருந்தன. இம்மரங்கள் கண்மாய்க் கரையில் வருவோரைப் பார்க்க இடையூறாக இருந்தன.

தூரத்தில் வருபவர்களை அடையாளம் காண வாய்ப்பாக இருக்கும் என்பதால் உயரமாக வளர்ந்திருந்த புன்னை மரம் ஒன்றில் ஏறி இவன் அமர்ந்துகொண்டான். இவன் மரத்தில் ஏறுவதைக் கும்பினிப் படையினர் பார்த்துவிட்டனர். கட்டபொம்மனின் ஒற்றன் என்று முடிவுசெய்து மரத்தின் அருகில் வந்ததும் ஈட்டியால் வயிற்றில் குத்தினர். குடல் சரிந்து கீழே விழுந்த மாடன் தன் துண்டால் வயிற்றைக் கட்டிக் கொண்டு குளத்தின் நீர் போகும் மடை வழியாக நுழைந்து சென்று கரையின் தென்பகுதியில் விழுந்து இறந்துபோனான்.

அந்நேரம் அங்குவந்த மணமகள் வீட்டார் அவனது பிணத்தைப் பார்த்துக் கலங்கி அழுதனர். அவன் உடலை எரிக்கும்போது அவனுக்கு மணமகளாக உறுதி செய்யப்பட்டிருந்த பெண் உடன்கட்டையேறி உயிர் துறந்தாள்.

மாப்பிள்ளைக் கோலத்தில் உயிர் துறந்த மாடன் மாப்பிள்ளை மாடன் என்ற பெயரில் தெய்வமாக வழிபடப்படுகிறான்.

5
சிறு குற்றச் செயல்களுக்காக

5.1 வண்டிமறிச்சி அம்மன்

திருநெல்வேலி மாவட்டம் அம்பாசமுத்திரம் நகரிலிருந்து இரயில் நிலையத்திற்குச் செல்லும் முதன்மைச் சாலையின் வடபுறத்தில் அம்மன் கோயில் ஒன்றுள்ளது. இக்கோயிலின் முன்புறத்தில் ஆணும் பெண்ணுமாக இரு பிரம்மாண்டமான உருவங்கள் மல்லாந்த நிலையில் அருகருகே படுத்திருக்கும் காட்சி, கடந்துசெல்வோரின் கவனத்தை ஈர்க்கும் தன்மையது.

இக்கோயில், இப்பெண் உருவத்தின் பெயரால் வண்டிமலைச்சி (மறிச்சி) அம்மன் கோவில் என்றழைக்கப்படுகிறது. அம்மனின் அருகில் படுத்திருக்கும் ஆண் உருவம் வண்டிமலையான் என்றழைக்கப்படுகிறது. இவ்விருவரும் அண்ணன் தங்கை உறவு நிலை உடையவர்கள்.

இவர்கள் இருவரும் மானுடராகப் பிறந்து வளர்ந்து துர்மரணத்திற்கு ஆளாகிப் பின்னர் தெய்வமாக்கப்பட்டவர்கள் என்பது இக்கோவிலை வழிபடுவோரின் நம்பிக்கை. இந்நம்பிக்கையின் வெளிப்பாடாகப் பின்வரும் கதை வழங்குகிறது.

கதை

பஞ்ச காலம் ஒன்றில் தாயையும் தந்தையையும் ஒருசேர இழந்த நிலையில், அண்ணனும் தங்கையுமாக உணவு தேடிக் கால்நடையாகப் பயணித்தனர். பசி, நடைக் களைப்பு, தாகம் மீதுர நெசவாளர் குடியிருப்பு ஒன்றினுள் நுழைந்தனர். இவர்கள்

சென்ற நேரத்தில் நூலுக்குக் கஞ்சிப்போட கஞ்சி காய்ச்சிச் சட்டிகளில் வைத்திருந்தனர்.

பட்டினியாலும் நடைக் களைப்பினாலும் சோர்வுற்றிருந்த இருவரும் பாவுக் கஞ்சி ஊற்றிவைத்திருந்த சட்டிகளை ஆளுக்கொன்றாக எடுத்துக் குடித்துக் காலி செய்துவிட்டனர்.

பாவுக்கஞ்சி போடும் வேலை தொடங்கிவிட்ட நிலையில், கஞ்சியை இழந்ததால் கோபம் அடைந்த நெசவாளர்கள், பாவு போடப் பயன்படுத்தும் பாவுக்கம்பினால் இருவரையும் அடித்தனர்.

ஏற்கெனவே பட்டினியாலும் நடைக் களப்பினாலும் வலுக்குன்றியிருந்த இருவரும் அடி பொறுக்க முடியாது கீழே விழுந்து உயிர் துறந்தனர்.

பழிவாங்கல்

இந்நிகழ்வுக்குப் பின்னர் வழக்கம்போல் நெசவாளர்கள் மாட்டு வண்டிகளில், தாம் நெய்த துணிகளைக் கொண்டு சென்றனர். அவ்வாறு செல்லும்போது அவர்களால் அடித்துக் கொல்லப்பட்ட அண்ணன், தங்கை இருவரின் ஆவியும் வண்டிகளை மேற்கொண்டு செல்லவிடாது வழிமறித்தன.

ஆத்திரத்தால் தாம் செய்த செயலால் தம் தொழில் பாதிக்கப் பட்டதை நெசவாளர்கள் உணர்ந்துகொண்டனர். தாம் செய்த தவறுக்கு இருவரிடமும் மன்னிப்புக் கேட்டனர். அவ்விருவருக்கும் கோயில் கட்டி வழிபாடு செய்வதாக வாக்களித்தனர். அண்ணன், தங்கை இருவரின் ஆவிகளும் அதை ஏற்றுக்கொண்டன.

வாக்களித்தபடியே நெசவாளர்கள் இவ்விருவருக்கும் கோயில் கட்டினர். வெட்டவெளியில் தரையில் விழுந்து இறந்துபோனதால், மேற்கூரை இன்றித் தரையில் படுத்த நிலையில் உருவம் அமைத்தனர். தம் துணி வண்டிகளைச் செல்லவிடாது வழிமறித்தமையால் வண்டி மறிச்சி, வண்டி மறிச்சான் என்று பெயரிட்டனர்.

மலைபோல் பாதையில் நின்றிட வழிமறிமையால் 'வண்டி மலையான்' 'வண்டி மலைச்சி' என்று பெயரிட்டதாகவும் கூறுவதுண்டு. வண்டி மலைச்சி என்பதே வண்டி மறிச்சியம்மனாக மாற்றமடைந்ததாகவும் கூறுவதுண்டு.

கதையின் களம்

இக்கதையில் இடம்பெறும் அண்ணனும் தங்கையும் எங்கிருந்து புறப்பட்டு எங்கு வந்தனர் என்பதில் தெளிவில்லை.

தூத்துக்குடி, திருநெல்வேலி, கன்னியாகுமரி மாவட்டங்களில் வண்டிமறிச்சி அம்மன் கோயில்கள் உள்ளன. ஆனால் இக்கதையுடன் தொடர்புடைய ஊர் சுட்டப்படவில்லை.

இக்கோயில்களில் பெரிய அளவில் உருவம் உள்ள கோவிலாக அம்பாசமுத்திரம் கோயில் உள்ளதன் அடிப்படையில் இதுவே முதற்கோயில் என்ற நம்பிக்கை உள்ளது. ஆனால் இதை உறுதிப்படுத்தும் வகையில் வேறு சான்றுகள் எவையும் இல்லை.

வழிபடுவோர்

அம்பாசமுத்திரம், எட்டையபுரம், கடலையூர், பாளையங்கோட்டை, நாகலாபுரம் ஆகிய ஊர்களில் வாழும் நெசாவளர் குடியிருப்புப் பகுதிகளை ஒட்டியே வண்டிமலைச்சியம்மன் கோயில்கள் உள்ளன. நெசவாளர்கள் தம் குலதெய்வமாக இவ்வம்மனை வணங்குகின்றனர்.

எட்டையபுரம் பெரிய தெருவில் உள்ள வண்டிமலைச்சியம்மன் கோயில் கொடை விழாவின்போது இரவில் படையலாகச் சோறு படைக்கப்படும். அப்போது பாவுக்கம்பினால் படையல் சோறில் அடித்துப் பாவுக்கம்பின் தடம் பதியச் செய்யும் வழக்கம் முன்னர் இருந்துள்ளது,

இச்செய்திகளின் அடிப்படையில் பார்க்கும்போது நெசவாளர்களின் தெய்வமாக இதைக் கூற முடிகிறது. இத்தெய்வத்தின் பெயரைக் குழந்தைகளுக்கு இடும் வழக்கமும் உண்டு.

அம்மன் அம்பாளாதல்

எட்டையபுரத்தில் வாழும் நெசவாளர்கள் வாழும் குடியிருப்புப் பகுதிகளில் வண்டிமறிச்சி அம்மன் கோயில் உள்ளது. மொத்தம் நான்கு கோயில்கள் உள்ளன. இவற்றுள் இரு கோயில்களில் அம்மனின் உருவம் நின்ற நிலையில் உள்ளது. இது குறித்துப் பின்வரும் செய்திகள் கள ஆய்வில் கிடைத்தன.

எட்டையபுரம் பெரிய தெருவில் வாழும் செங்குந்த முதலியார் சமூகத்திற்குரிய கோவிலாக இக்கோவில் உள்ளது. இவர்கள் நெசவுத் தொழிலை மேற்கொண்டிருந்தவர்கள்.

இச்சமூகத்திற்குரிய இக்கோவிலின் நிர்வாகியாகச் செல்வந்தர் ஒருவர் பொறுப்புக்கு வந்தார். எல்லாக் கோவில்களிலும், தெய்வங்கள் நின்ற நிலையிலோ அமர்ந்த நிலையிலோ இருக்க இக்கோவிலில் மட்டும் மல்லாந்து படுத்த நிலையில் இருப்பது

அவருக்கு உறுத்தலாக இருந்தது. நின்ற நிலையில் அம்மனை உருவாக்கி அதனைக் கோவில் நிறுவ விரும்பினார். சிலர் அவரது முடிவுக்கு எதிர்ப்புத் தெரிவித்தனர்.

இதனையடுத்து சாதிப் பிரமுகர்களுடன் காஞ்சிபுரம் சங்கர மடத்துக்குச் சென்று அம்மனின் உருவம் நிறுவுவது தொடர்பான சிக்கலைக் கூறினர். சங்கராச்சாரியர், தாம் தகடு (எந்திரம்) ஒன்றைத் தருவதாகவும், பீடத்தின் அடியில் அதைப் புதைத்து விட்டு நின்ற நிலையில் காட்சிதரும் அம்மனை நிலைநிறுத்தி விடும்படியும் கூறினார்.

அதன்படி, பழைய அம்மனைக் குழி தோண்டிப் புதைத்து விட்டுப் புதிய அம்மனை நிறுவினர் (இதுபோல அனந்த சயனநிலையில் உள்ள கடவுளரைச் செய்ய முடியுமா என்ற கேள்வி எழவில்லை).

இதன் பின்னர், வண்டிமலைச்சி (மறிச்சி) அம்மனின் தோற்றப் புராணக்கதையில் மாறுதல் நிகழ்ந்தது. தேவலோகத்துப் பெண் என்ற நிலைக்கு அம்மன் உயர்த்தப்பட்டார்.

இதன் அடுத்தக்கட்டமாகச் சில ஆண்டுகள் கழித்து, விலங்கு உயிர்ப்பலி கொடுப்பது நிறுத்தப்பட்டது, நவக்கிரகங்களின் சிலை நிறுவப்பட்டது.

சில ஆண்டுகள் கழித்து, கோவில் திருவிழாவின்போது சாமியாடியின் மேல் அம்மன் இறங்கி உயிர்ப்பலி கேட்டது. இதை நிறைவேற்றுவதா வேண்டாமா என்ற சிக்கலைத் தீர்க்கும் வழிமுறையாக, கோவிலுக்குச் சற்றுத் தொலைவில் உள்ள நந்தவனத்தில் உயிர்ப்பலி கொடுக்கின்றனர். கோவிலில் உயிர்ப்பலி கொடுப்பதில்லை (அம்மன், அம்பாள் இருவரும் நிறைவு செய்யப்பட்டனர்).

இக்கோவிலில் ஏற்பட்ட மாற்றத்தின் தாக்கத்தினால் சண்முக முதலியார் தெருவில் உள்ள வண்டிமறிச்சி அம்மன் கோவிலிலும் நின்ற நிலையில் உள்ள அம்மன் சிலையை நிறுவியுள்ளார்கள். மேலத்தெரு மேகலிங்கபுரம் பகுதியில் இம்மாறுதல் நிகழவில்லை. இதை அவர்கள் விரும்பவில்லை. படுத்தநிலையில் அம்மன் இருப்பதையே அவர்கள் விரும்புகிறார்கள்.

மாற்று வடிவங்கள்

வாய்மொழிக் கதைகள் வட்டாரத்திற்கு வட்டாரம் வேறுபட்டு வழங்குவது இயல்பு. அவ்வகையில் இக்கதையிலும் மாறுதல்கள் இடம்பெற்றுள்ளன. அவை வருமாறு:

கதை வடிவம் 1

அம்பாசமுத்திரம் பகுதியிலேயே மாற்று வடிவம் ஒன்று வழங்குகிறது. இதன்படி பெற்றோரை இழந்து அகால மரணமடைந்து பேயாக மாறிய அண்ணனும் தங்கையும் சாலை வழியாகப் போவோரை வழிமறித்துத் துன்புறுத்திவந்தனர். அகத்திய முனிவர் அவர்களைச் சாந்தப்படுத்தினர். அதன் பின்னர் அவர்களுக்குக் கோவில் அமைக்கப்பட்டது.

கதை வடிவம் 2

செங்கோட்டையில் உள்ள வண்டி மலைச்சியம்மன் கோவிலை ஆய்வு செய்த ஐயம்மாள் என்ற ஆய்வு மாணவர் பிரம்மதேவனால் தேவலோகத்திலிருந்து பூலோகத்திற்கு அனுப்பப்பட்ட பெண்ணே இத்தெய்வம் என்று கூறும் கதையைக் குறிப்பிடுகிறார். இது தொடர்பாக அவர் எழுதியுள்ள கட்டுரையின்படி பார்த்தால் முற்றிலும் மேட்டிமைத் தன்மை கொண்ட கோவிலாக இக்கோவில் மாற்றப்பட்டமை புலனாகிறது.

கதை வடிவம் 3

அம்பாசமுத்திரம் வண்டிமலைச்சி அம்மன் தோற்றம் தொடர்பாக ஆய்வாளர் முத்தலாங்குறிச்சி காமராசு மற்றொரு கதை வடிவத்தைக் குறிப்பிடுகிறார். இக்கதை வடிவத்தின்படி பாரதக் கதையில் இடம்பெறும் பாகாசுரன் என்ற அரக்கனும் அவனது மனைவியான பகாசுரவல்லியுமே இத்தெய்வங்களாகும்.

கதை வடிவம் 4

தூத்துக்குடி விட்டிலாபுரம் என்ற சிற்றூரில் வண்டி மறிச்சியம்மன் கோவில் உள்ளது. இக்கோவில் இடம்பெற்றுள்ள ஆணும் பெண்ணுமான இரு தெய்வங்கள் குறித்து:

> அந்தக் காலத்தில் மாட்டு வண்டியில் வருபவர்களை மறித்து இவர்கள் நிற்பார்களாம்... திடீரென்று வண்டி முன்பு மலைப்பான தோற்றத்தினை ஏற்படுத்தி வண்டியை மறிப்பதால் இவர்களுக்கு வண்டி மலையான் என்றும் மற்றும் வண்டி மலைச்சியம்மன் என்ற பெயரும் உண்டு.

என்றும் இவர் எழுதியுள்ளார். 'வண்டிமலையான்' 'வண்டிமலைச்சி' என்று பெயரிடும் பழக்கம் இங்கு உள்ளதாகவும் குறிப்பிட்டுள்ளார்.

ஆ. சிவசுப்பிரமணியன்

கதை ஆய்வு

இக்கதை வடிவங்களில் முதலில் குறிப்பிட்ட கதை வடிவம் கதையின் இறுதிப் பகுதியில் (தெய்வமாதல்) மட்டும் 'மீவியற்கை' (இயற்கை பிறழ்ந்த) தன்மை கொண்டதாக உள்ளது. அத்துடன் இத்தெய்வங்களின் உருவ அமைதியும் படையல் சோற்றின்மீது பாவுக்கம்பால் அடிப்பதும் கதை நிகழ்வுகளுடன் இணைந்து காணப்படுகிறது. இதன் அடிப்படையில் இவ்வடிவத்தையே மூலக்கதை வடிவம் என்று கொள்ளலாம். இக்கதையில் இடம் பெறும் கதை மாந்தர்களின் செயல்களைப் பின்வருமாறு அமைத்துக்கொள்வது பொருத்தமாய் இருக்கும்:

1. குறை (தொடக்க நிலை) — பஞ்சத்தால் வருந்துதல்
2. குறை தீர்க்கும் முயற்சி 1 — இடப்பெயர்ச்சி
3. குறை தீர்க்கும் முயற்சி 2 — பாவுக் கஞ்சியைக் குடித்தல்
4. தண்டனை — பாவுக்கம்பால் அடிபடல்
5. விளைவு — இறந்துபோதல்
6. எதிர்வினை — ஆவி வடிவில் நெசவாளரின் வண்டிகளை மறித்தல்
7. வழிபாடு (முடிவு) — தெய்வமாக்கி வழிபடல்

இக்கதையில் இடம்பெறும் ஏழு செயல்களில் மூன்றாவது செயலான குறைதீர்க்கும் முயற்சி (2) நான்காவது செயலான **தண்டனைக்குக்** காரணமாய் அமைய இத்தண்டனையானது இறப்பு என்ற **விளைவுக்குக்** காரணமாய் அமைந்துவிட்டது.

ஆனால் இறப்பு என்ற விளைவு திட்டமிட்ட செயலாக நடந்ததல்ல. பாவுபோடும் வேலை தடைப்பட்டுவிட்டதே என்ற கோபத்தால் நிகழ்ந்துள்ளது. அடிக்கப் பயன்படுத்திய கருவி கூட அவர்களின் தொழிற்கருவியான பாவுக்கம்புதான்.

நம் கால இந்தியக் குற்றவியல் சட்டம், கொலை என்ற குற்றச் செயலை நான்கு வகையாகப் பகுத்துள்ளது. இதில் நான்காவது வகை '**குற்றப் பொறுப்புடைய மனிதக் கொலை**' (Culpable Homicide) எனப்படும். மரணம் அல்லது மரணத்தை விளைவிக்கும் காயத்தை ஏற்படுத்தும் நோக்கமின்றி ஒரு செயலைச் செய்து மரணத்தை விளைவித்தல் இப்பிரிவில் அடங்கும்; நெசவாளர்களின் செயல் இதை ஒத்ததுதான்.

கொலையுண்டோரைத் தெய்வமாக்கி வழிபடல் என்பது தமிழக நாட்டார் சமயத்தில் ஒரு முக்கிய வழிபாட்டுக் கூறாகும். இவ்வழிபாட்டில் கொலைக்குக் காரணமானவர்களே முக்கியப் பங்கு வகிப்பர். இம்மரபு சார்ந்தே நெசவாளர்கள் இவ்வழிபாட்டுடன் நெருக்கமான தொடர்புகொண்டுள்ளார்கள்.

நாட்டார் தெய்வ வழிபாட்டில் ஆகம விதிமுறைகள் புகுத்தப்பட்டதையும் இதிகாசப் பாத்திரங்களுடன் இத்தெய்வம் இணைக்கப்பட்டதையும் முதல் மூன்று கதை வடிவங்கள் வெளிப்படுத்துகின்றன.

திட்டமிட்டு நிகழ்ந்த சமஸ்கிருதச் சார்பு வழிபாட்டு மரபுத் திணிப்புக்கு எட்டையபுரம் நிகழ்வு சான்றாகிறது. தன் பாரம்பரியத் தெய்வங்களின் அடையாளத்தையும்கூடத் தமிழர்களில் ஒரு பிரிவினர் இழந்துவருவதற்குச் சான்றாக வண்டிமறிச்சி அம்மன் வழிபாட்டில் ஏற்பட்டுள்ள மாற்றங்கள் அமைகின்றன.

நன்றிக்குரியவர்கள்

எட்டையபுரம் களஆய்வில் துணைபுரிந்த அன்புத் தோழர்கள், இளசை மணியன், எஸ்.எஸ். சந்திரசேகரன், வண்டிமலையான், திரு ஆகியோருக்கு நன்றி. எட்டையபுரம், வண்டிமறிச்சியம்மன் படத்தை எடுத்துதவிய தோழர் நாகராஜனுக்கும் என் நன்றி உரியது.

துணை நூல்கள்

இராமனாதன். ஆறு., சக்திவேல். பே (2014) ‘தெய்வங்களின் தோற்றக் கதைகள்’

ஐயம்மாள் (எ) அமுதா., (2010) ‘செங்கோட்டை – வண்டிமலச்சி அம்மன் திருக்கோவில்’

வரலாறு. சண்முகசுந்தரம். சு., (2010) ‘திருநெல்வேலி வட்டாரப் பெண் தெய்வங்கள்’

சிவசுப்பிரமணியன். ஆ., (2006) தமிழக நாட்டார் வழிபாட்டு மரபும் இசுலாமிய–கத்தோலிக்க நாட்டார் வழிபாட்டு முறைகளும்: *சனங்களின் சாமிகள்*. தொகுப்பாசிரியர்: டி. தருமராஜன்

சிவசுப்பிரமணியன். ஆ., (2013) பூச்சியம்மன் வில்லுப்பாட்டு

சிவசுப்பிரமணியன். ஆ., (2014), கதைப்பாடல்களில் வண்ணார்கள், தெய்வமாக்கப்பட்ட வண்ணார்கள், *தமிழக வண்ணார் வரலாறும் வழக்காறுகளும்*

சிவசுப்பிரமணியன். ஆ., (2021) பாலியல் வன்முறையும் நாட்டார் வழக்காறுகளும்: *அடித்தள மக்கள் வரலாறு*

சிவசுப்பிரமணியன். ஆ., (2021) *பண்டைத் தமிழ்ச் சமூகத்தில் இறந்தோர் வழிபாடும் முன்னோர் வழிபாடும்*

தமிழ்ச்செல்வன். ச., (2022) *தெய்வமே சாட்சி*

ஜெயமோகன் (2019) *தெய்வங்கள் பேய்கள் தேவர்கள்*

ஜெயமோகன் (2017) *கலாசார இந்து*

Maria lazar.P.,*(2010) ‘Tales of Tranqnquepar’*

Nirmala Devi. R., *(1987):* சின்னத்தம்பி கதை, *The wandering Voice*

காலச்சுவடு பப்ளிகேஷன்ஸ் (பி) லிட்.
Published by Kalachuvadu Publications Pvt. Ltd.,
669 K.P. Road, Nagercoil 629001, India
Phone: 91-4652-278525
e-mail: publications@kalachuvadu.com

10/2024/S.No. 1082, kcp 5354, 18.6 (5) 9ss